Viðmiðunarreglur Efnahags- og framfarastofnunarinnar (OECD) fyrir fjölþjóðleg fyrirtæki um ábyrga viðskiptahætti

OECD
BETTER POLICIES FOR BETTER LIVES

Ríkin sem eiga aðild að yfirlýsingunni um alþjóðlegar fjárfestingar og fjölþjóðleg fyrirtæki hafa samþykkt breytingar frá 2023 á viðmiðunarreglum fyrir fjölþjóðleg fyrirtæki um ábyrga viðskiptahætti [OECD/LEGAL/0144]. Ákvörðun um viðmiðunarreglur fyrir fjölþjóðleg fyrirtæki um ábyrga viðskiptahætti [OECD/LEGAL/0307] var tekin í ráðherraráði Efnahags- og framfarastofnunarinnar. Fjárfestingarnefnd Efnahags- og framfarastofnunarinnar samþykkti athugasemdir um hvort tveggja. Formálinn er gefinn út á ábyrgð aðalframkvæmdastjóra Efnahags- og framfarastofnunarinnar og endurspeglar ekki endilega opinberar skoðanir aðildarríkja að Efnahags- og framfarastofnuninni.

Þetta skjal, sem og öll gögn og kort sem hér eru að finna, hafa ekki áhrif á stöðu eða fullveldi yfir neinu landsvæði, afmörkun landamæra og nafn landsvæðis, borgar eða svæða.

Vinsamlegast vísið til þessa efnis sem:
OECD (2025), *Viðmiðunarreglur Efnahags- og framfarastofnunarinnar (OECD) fyrir fjölþjóðleg fyrirtæki um ábyrga viðskiptahætti*, OECD Publishing, Paris, https://doi.org/10.1787/5661256f-is.

ISBN 978-92-64-55944-8 (á prenti)
ISBN 978-92-64-49431-2 (PDF)

Upphaflega gefið út af OECD undir titlinum: OECD (2023), *OECD Guidelines for Multinational Enterprises on Responsible Business Conduct*, OECD Publishing, Paris, https://doi.org/10.1787/81f92357-en.
Ef eitthvað ósamræmi er á milli frumritsins og þýðingarinnar skal aðeins texti frumritsins teljast gildur.

Leiðréttingar á útgefnu efni Efnahags- og framfarastofnunarinnar er að finna á netinu á: https://www.oecd.org/en/publications/support/corrigenda.html.

Formáli

Viðmiðunarreglur Efnahags- og framfarastofnunarinnar (OECD) fyrir fjölþjóðleg fyrirtæki um ábyrga viðskiptahætti (Viðmiðunarreglurnar) eru tilmæli sem ríki beina í sameiningu til fjölþjóðlegra fyrirtækja til að auka framlag fyrirtækja til sjálfbærrar þróunar og taka á skaðlegum áhrifum sem tengjast atvinnustarfsemi á fólk, jörðina og samfélagið. Viðmiðunarreglurnar eru studdar sérstökum framkvæmdaraðferðum, landstengiliðum fyrir ábyrga viðskiptahætti, sem ríki hafa komið á til að stuðla að skilvirkni viðmiðunarreglnanna.

Allt frá því að viðmiðunarreglunum var komið á árið 1976 hafa þær reglulega verið uppfærðar til að haldast nothæfar í ljósi samfélagslegra áskorana og eftir því sem tengsl við alþjóðleg viðskipti þróast. Uppfærslan frá 2023 endurspeglar áratugs reynslu frá síðustu endurskoðun árið 2011 og bregst við brýnum félagslegum, umhverfislegum og tæknilegum forgangsatriðum sem samfélög og fyrirtæki standa frammi fyrir. Helstu uppfærslur eru:

- Tilmæli til fyrirtækja um að laga sig að alþjóðlega samþykktum markmiðum um loftslagsbreytingar og líffræðilega fjölbreytni
- Væntingar áreiðanleikakönnunar um þróun, fjármögnun, sölu, leyfisveitingar, viðskipti og notkun tækniþekkingar, þ.m.t. söfnun og notkun gagna
- Tilmæli um hvernig ætlast er til að fyrirtæki geri áreiðanleikakönnun á áhrifum og viðskiptasamböndum sem tengjast vörum þeirra og þjónustu
- Betri vernd fyrir einstaklinga og hópa sem eru í áhættuhóp, þ.m.t. þá sem gagnrýna viðskiptahætti
- Uppfærð tilmæli um birtingu upplýsinga um ábyrga viðskiptahætti
- Viðbætur við tilmæli um áreiðanleikakönnun svo þau nái til allra gerða spillingar
- Tilmæli til fyrirtækja til að tryggja að hagsmunabarátta sé í samræmi við *viðmiðunarreglurnar*
- Efldar verklagsreglur til að tryggja sýnileika, skilvirkni og virkt jafngildi landstengiliða fyrir ábyrga viðskiptahætti

Uppfærslan var gerð af 51 aðila að yfirlýsingu Efnahags- og framfarastofnunarinnar um alþjóðlegar fjárfestingar og fjölþjóðleg fyrirtæki og Evrópusambandinu sem taka þátt í starfshópi Efnahags- og framfarastofnunarinnar um ábyrga viðskipwtahætti og fjárfestingarnefnd Efnahags- og framfarastofnunarinnar. Uppfærslan var unnin með náinni aðkomu hagsmunastofnananna Ráðgjafarnefnd atvinnulífsins hjá Efnahags- og framfarastofnuninni, Ráðgjafarnefnd stéttarfélaga hjá Efnahags- og framfarastofnuninni og OECD-vaktarinnar en þær standa fyrir sjónarmið milljóna fyrirtækja, starfsmanna og aðila innan borgaralegs samfélags um allan heim. Í ferlinu var einnig tvisvar sinnum haft samráð við almenning sem var opið áhugasömum hagsmunaaðilum alls staðar að úr heiminum.

Samráð var haft við stofnanir Efnahags- og framfarastofnunarinnar og viðkomandi skrifstofur þeirra og þær komu að endurskoðun á þematengdum köflum *viðmiðunarreglnanna*, þ.m.t. samkeppnisnefndin, nefndin um neytendastefnu, nefndin um stjórnarhætti fyrirtækja, nefndin um þróunaraðstoð, nefndin um stefnu í stafrænu hagkerfi, nefndin um atvinnumál, vinnuafl og félagsmál, nefndin um umhverfisstefnu, nefndin um fjármálamarkaði, nefndin um skattamál, nefndin um iðnaðar-, nýsköpunar- og frumkvöðlastarfsemi, nefndin um tryggingar og séreignarsparnað, nefndin um stefnu um vísindi og tækni, nefndin um lítil og meðalstór fyrirtæki og frumkvöðlastarfsemi, viðskiptanefndin, starfshópurinn um mútugreiðslur í alþjóðlegum viðskiptum, og vinnuhópur háttsettra opinberra starfsmanna um heilindi.

Uppfærslan var studd af miðstöð um ábyrga viðskiptahætti á fjármála- og fyrirtækjaskrifstofu Efnahags- og framfarastofnunarinnar.

Efnisyfirlit

Yfirlýsing um alþjóðlegar fjárfestingar og fjölþjóðleg fyrirtæki

ÞÁTTTÖKURÍKI[1]

AÐ TEKNU TILLITI TIL ÞESS:

- að alþjóðlegar fjárfestingar eru afar mikilvægar fyrir hagkerfi heimsins og hafa haft umtalsverð áhrif á þróun í löndunum,
- að fjölþjóðleg fyrirtæki leika mikilvægt hlutverk í þessu fjárfestingarferli,
- að alþjóðleg samvinna getur bætt umhverfi erlendra fjárfestinga, stuðlað að jákvæðum áhrifum fjölþjóðlegra fyrirtækja á efnahagslega, félagslega og umhverfislega framþróun og lágmarkað og leyst þau vandkvæði sem starfsemi þeirra kann að valda,
- að ávinningur af alþjóðlegri samvinnu eykst þegar tekið er á álitaefnum sem tengjast alþjóðlegum fjárfestingum og fjölþjóðlegum fyrirtækjum með samtengdum verkfærum sem mynda heildstæða umgjörð,

LÝSA YFIR:

Viðmiðunarreglur um fjölþjóðleg fyrirtæki

I. Að þau beini sameiginlega þeim tilmælum til fjölþjóðlegra fyrirtækja sem starfa á eða frá yfirráðasvæði þeirra að þau virði viðmiðunarreglurnar sem settar eru fram í 1. viðauka hér við[2], með hliðsjón af þeim sjónarmiðum og samkomulagi sem lýst er í innganginum og eru óaðskiljanlegur hluti þeirra,

---

[1] Frá og með 8. júní 2023 eru öll aðildarríki Efnahags- og framfarastofnunarinnar þátttökuríki, sem og Argentína, Brasilía, Búlgaría, Króatía, Egyptaland, Jórdanía, Kasakstan, Marokkó, Perú, Rúmenía, Túnis, Úkraína og Úrúgvæ. Evrópubandalaginu hefur verið boðið til að taka þátt í liðnum um landsbundna meðferð á málum sem falla undir valdsvið þess.

[2] Texti *Viðmiðunarreglna fyrir fjölþjóðleg fyrirtæki um ábyrga viðskiptahætti* er birtur í I. hluta þessa rits.

Landsbundin meðferð

II. 1. Að til að verja mikilvæga öryggishagsmuni sína og uppfylla skuldbindingar sem varða frið og öryggi á alþjóðavettvangi, ættu þátttökuríki, í samræmi við þörfina á að viðhalda allsherjarreglu, að veita fyrirtækjum sem starfa á yfirráðasvæði þeirra og eru í eigu eða undir beinum eða óbeinum yfirráðum ríkisborgara annarra þátttökuríkja (hér á eftir nefnd „fyrirtæki undir yfirráðum erlendra aðila") meðferð samkvæmt lögum þeirra, reglugerðum og stjórnsýsluframkvæmdum, í samræmi við reglur þjóðaréttar og ekki óhagstæðari en innlendum fyrirtækjum er veitt í svipuðum aðstæðum (hér á eftir nefnd „landsbundin meðferð"),

2. Að þátttökuríki muni íhuga að beita „landsbundinni meðferð" að því er varðar önnur lönd en þátttökuríki,

3. Að þátttökuríki muni leitast við að tryggja að svæðisbundin umdæmi þeirra beiti „landsbundinni meðferð",

4. Að þessi yfirlýsing fjalli ekki um rétt þátttökuríkja til að setja reglur um aðgengi erlendra fjárfestinga eða skilyrði fyrir staðfestu erlendra fyrirtækja,

Misvísandi kröfur

III. Að þau muni vinna saman í því skyni að forðast eða lágmarka misvísandi kröfur til fjölþjóðlegra fyrirtækja og að þau muni taka tillit til almennra atriða og hagnýtra aðferða, eins og sett er fram í 2. viðauka hér við.[3]

Hvetjandi og letjandi áhrif á alþjóðlegar fjárfestingar

IV. 1. Að þau viðurkenni nauðsyn þess að styrkja samstarf sitt á sviði beinna alþjóðlegra fjárfestinga,

2. Að þau viðurkenni þannig nauðsyn þess að gefa hagsmunum þátttökuríkja tilhlýðilegt vægi sem falla undir sérstök lög, reglugerðir og stjórnsýsluframkvæmdir á þessu sviði (hér á eftir nefnd „ráðstafanir") sem fela í sér opinbera hvata og letjandi þætti til beinna alþjóðlegra fjárfestinga,

3. Að þátttökuríki muni kappkosta að gera slíkar ráðstafanir eins gagnsæjar og hægt er svo að hægt sé að ganga úr skugga um mikilvægi þeirra og tilgang og gera upplýsingar um þær aðgengilegar,

Samráðsferli

V. Að þau séu reiðubúin til að hafa samráð við önnur þátttökuríki um ofangreind atriði í samræmi við viðeigandi ákvarðanir ráðsins,

Endurskoðun

VI. Að þau muni endurskoða ofangreind atriði reglulega með það í huga að bæta skilvirkni alþjóðlegrar efnahagssamvinnu meðal þátttökuríkja um málefni er varða alþjóðlegar fjárfestingar og fjölþjóðleg fyrirtæki.

---

[1] [3] Texta 2. viðauka er að finna í óstyttri útgáfu yfirlýsingarinnar um alþjóðlegar fjárfestingar og fjölþjóðleg fyrirtæki, sem nálgast má hér: https://legalinstruments.oecd.org/en/instruments/OECD-LEGAL-0144.

I. hluti: Viðmiðunarreglur Efnahags og framfarastofnunarinnar fyrir fjölþjóðleg fyrirtæki um ábyrga viðskiptahætti

Texti og athugasemdir

Inngangur

1. *Viðmiðunarreglur Efnahags- og framfarastofnunarinnar (OECD) fyrir fjölþjóðleg fyrir fjölþjóðleg fyrirtæki um ábyrga viðskiptahætti (viðmiðunarreglurnar)* eru tilmæli sem ríki beina til fjölþjóðlegra fyrirtækja. Sameiginlegt markmið þátttökuríkja sem styðja *viðmiðunarreglurnar* er að ýta undir þau jákvæðu áhrif sem fyrirtæki geta haft á efnahagslegar, umhverfislegar og félagslegar framfarir og að lágmarka skaðleg áhrif á atriði sem *viðmiðunarreglurnar* ná yfir og kunna að tengjast rekstri, vörum og þjónustu fyrirtækis. Ábyrgir viðskiptahættir greiða fyrir því að jöfn samkeppnisskilyrði skapist á alþjóðlegum mörkuðum, ýta undir kraftmikinn og vel starfhæfan fyrirtækjageira og auka framlag fyrirtækja til sjálfbærrar þróunar, þ.m.t. með lausnum sem taka á og bregðast við loftslagsbreytingum.

2. *Viðmiðunarreglurnar eru hluti af yfirlýsingu Efnahags- og framfarastofnunarinnar um alþjóðlegar fjárfestingar og fjölþjóðleg fyrirtæki [OECD/LEGAL/0144]*. Þátttökuríkin sem styðja viðmiðunarreglurnar skuldbinda sig með bindandi hætti til að auka skilvirkni sína í samræmi við á*kvörðun ráðsins um viðmiðunarreglur Efnahags- og framfarastofnunarinnar fyrir fjölþjóðleg fyrirtæki um ábyrga viðskiptahætti [OECD/LEGAL/0307]*. Landstengiliðir fyrir ábyrga viðskiptahætti gegna lykilhlutverki hvað þetta varðar.

3. *Viðmiðunarreglunum* er ætlað að hvetja til ábyrgra viðskipta og fjárfestinga og margfalda þar með ávinninginn af viðskiptum og fjárfestingum með áframhaldandi þátttöku og umbótum á öllum mörkuðum heimsins. Alþjóðaviðskipti og alþjóðlegar fjárfestingar styrkja og dýpka tengsl milli landa og landsvæða heimsins og skapa umtalsverðan ávinning sem er samfélögum nauðsynlegur til að fá afrakstur sjálfbærrar þróunar, þ.m.t. sköpun fleiri og betri starfa, þróun á færni í starfi, útvegun á vörum og þjónustu sem bæta lífskjör og aðgengi að nauðsynlegu fjármagni og tækniþekkingu fyrir stafræn og græn umskipti.

4. *Viðmiðunarreglurnar* lýsa sameiginlegum væntingum þátttökuríkjanna til fyrirtækja sem starfa í eða frá löndum þeirra um að þau viðhafi ábyrga viðskiptahætti og veita traustan viðmiðunargrundvöll fyrir fyrirtæki og aðra hagsmunaaðila. Þær mæla með því að fyrirtæki geri áhættumiðaða áreiðanleikakönnun til að greina, koma í veg fyrir og gera grein fyrir því hvernig þau taka á raunverulegum og hugsanlegum skaðlegum áhrifum í tengslum við málefni sem *viðmiðunarreglurnar* taka til. Að því er þetta varðar eru *viðmiðunarreglurnar* bæði til fyllingar og til að styrkja viðleitni einkaaðila og hins opinbera til að skilgreina og innleiða ábyrga viðskiptahætti.

5. *Viðmiðunarreglurnar* hafa að geyma valfrjálsar meginreglur og staðla fyrir ábyrga viðskiptahætti í samræmi við gildandi lög og alþjóðlega viðurkennda staðla. Atriði sem *viðmiðunarreglurnar* taka til kunna að falla undir landslög og alþjóðlegar skuldbindingar. Í *viðmiðunarreglunum* koma fram tilmæli um ábyrga viðskiptahætti sem kunna að ganga lengra en fyrirtækjum er lagalega skylt. Tilmæli ríkja um að fyrirtæki virði *viðmiðunarreglurnar* eru aðgreind frá atriðum sem varða skuldbindingar og fullnustu laga.

6. Geta fjölþjóðlegra fyrirtækja til að stuðla að sjálfbærni eykst til muna þegar viðskipti og fjárfestingar fara fram í umhverfi opinna, samkeppnishæfra og viðeigandi skipulegra markaða þar sem réttarreglur og vernd athafnarýmis borgarasamfélagsins eru í heiðri hafðar. Ríki hafa mikilvægu hlutverki að gegna við að styðja skilvirka innleiðingu *viðmiðunarreglnanna*, þ.m.t. með því að skapa styðjandi stefnuumhverfi til að knýja fram ábyrga viðskiptahætti, styðja við þá og stuðla að þeim. Samfella í stefnum á landsbundnum eða

alþjóðlegum vettvangi getur stuðlað að samræmingu og samhæfingu á framtaksverkefnum í ábyrgum viðskiptaháttum. Snjöll blanda af aðferðum og ráðstöfunum ríkja, sem kunna að fela í sér lögboðnar sem og valfrjálsar aðferðir og uppbyggingu á getu og öðrum meðfylgjandi ráðstöfunum, skiptir máli í þessu samhengi. Gerð sérstakra stefna, löggjafar og annarra ráðstafana um ábyrga viðskiptahætti mun mótast af pólitísku, stjórnsýslulegu og lagalegu umhverfi einstakra landa.

7. Víðtækar og örar breytingar eru að verða á pólitísku, efnahagslegu, umhverfislegu, félagslegu, efnislegu og tæknilegu umhverfi alþjóðaviðskipta. *Viðmiðunarreglurnar* sjálfar hafa þróast til að endurspegla þessar breytingar. Undanfarna áratugi hefur hluti alþjóðaviðskipta og -fjármála vaxið verulega í hnattræna hagkerfinu. Stór fyrirtæki bera enn uppi stóran hluta alþjóðaviðskipta og alþjóðlegra fjárfestinga en viðskipti og fjárfestingar lítilla og meðalstórra fyrirtækja yfir landamæri hafa einnig aukist og þau fyrirtæki gegna nú mikilvægu hlutverki á alþjóðamörkuðum. Fjölþjóðleg fyrirtæki hafa, líkt og samsvarandi innlendir aðilar, þróast til að ná yfir fjölbreyttara viðskiptafyrirkomulag og skipulagsform. Tækniþróun, sem og stefnumarkandi bandalög og nánari samskipti við birgja og verktaka hafa tilhneigingu til að gera mörk fyrirtækisins óskýr. Hröð þróun í uppbyggingu fjölþjóðlegra fyrirtækja endurspeglast einnig í starfsemi þeirra í nýmarkaðs- og jaðarhagkerfum, þar sem hlutur þeirra í viðskiptum yfir landamæri fer vaxandi. Í nýmarkaðs- og jaðarhagkerfum hafa fjölþjóðleg fyrirtæki aukið fjölbreytni sína úr frumframleiðslu og námuiðnaði í framleiðslu, samsetningu, markaðsþróun og þjónustu innanlands.

8. Eðli, umfang og hraði efnahagslegra breytinga hafa orsakað nýjar stjórnunarlegar áskoranir fyrir fyrirtæki og hagsmunaaðila þeirra. Samkeppnisöfl eru sterk og fjölþjóðleg fyrirtæki standa frammi fyrir margvíslegu lagalegu og félagslegu umhverfi og reglusetningarumhverfi. Mörg fjölþjóðleg fyrirtæki hafa sýnt fram á að vöxtur og arðsemi helst í hendur við að borin sé virðing fyrir ströngum kröfum um viðskiptahætti. Fyrirtæki innleiða í auknum mæli viðskiptalíkön sem miða að sjálfbærri þróun og styðja samfellu á milli efnahagslegra, umhverfislegra og félagslegra markmiða. Fyrirtæki hafa einnig stuðlað að skoðanaskiptum milli aðila vinnumarkaðarins um hvað ábyrgir viðskiptahættir eru og hafa unnið með hagsmunaaðilum að því að þróa leiðbeiningar um ábyrga viðskiptahætti, þ.m.t. í tengslum við framtaksverkefni margra hagsmunaaðila.

9. Samþykkt *viðmiðunarreglnanna* árið 1976, og síðari uppfærslur á þeim, endurspegla auknar kröfur um að viðskipti fylgi meginreglum og stöðlum um ábyrga viðskiptahætti. Upphaf þessarar þróunar má rekja til starfa Alþjóðavinnumálastofnunarinnar snemma á tuttugustu öld. Samþykkt Sameinuðu þjóðanna árið 1948 á almennu mannréttindayfirlýsingunni var annar merkisviðburður. Í kjölfarið fylgdi áframhaldandi þróun staðla sem skipta máli á mörgum sviðum ábyrgra viðskiptahátta. Efnahags- og framfarastofnunin hefur lagt mikilvægan skerf til þessa ferlis með þróun staðla sem ná yfir svið eins og umhverfismál, baráttu við spillingu, hagsmuni neytenda, stjórnarhætti fyrirtækja, vísindi, tækniþekkingu og nýsköpun og skattlagningu.

10. *Viðmiðunarreglurnar* eru enn leiðandi verkfæri á alþjóðavettvangi er kemur að ábyrgum viðskiptaháttum. Þátttökuríkin sem styðja *viðmiðunarreglurnar* skuldbinda sig til að starfa hvert með öðru og með öðrum ríkjum til að efla innleiðingu þeirra í samstarfi við þau mörgu fyrirtæki, stéttarfélög og önnur frjáls félagasamtök sem vinna sjálfstætt að sama markmiði.

I. Hugtök og meginreglur

a) *Viðmiðunarreglurnar* eru tilmæli sem ríki beina sameiginlega til fjölþjóðlegra fyrirtækja. Þar eru settar fram meginreglur og staðlar um góðar starfsvenjur sem eru í samræmi við gildandi lög og alþjóðlega viðurkennda staðla. Fyrirtækjum er valfrjálst að hlíta *viðmiðunarreglunum* og hlíting er ekki framfylgjanleg samkvæmt lögum. Engu að síður geta sum atriði sem *viðmiðunarreglurnar* ná yfir einnig fallið undir innlend lög eða alþjóðlegar skuldbindingar.

b) Fyrsta skylda fyrirtækja er að hlíta landslögum. *Viðmiðunarreglurnar* koma hvorki í staðinn fyrir, né ber að líta svo á að þær gangi framar, landslögum og innlendum reglugerðum. Þrátt fyrir að ríki fylgi ekki meginreglum og stöðlum í samræmi við *viðmiðunarreglurnar* eða tengdar alþjóðlegar skuldbindingar dregur það ekki úr væntingum þess að fyrirtæki virði *viðmiðunarreglurnar*. Þó að *viðmiðunarreglurnar* teygi sig í mörgum tilfellum lengra en lög ættu þær ekki, og er ekki ætlað, að setja fyrirtæki í þá aðstöðu að gerðar séu misvísandi kröfur til þeirra. En í löndum þar sem landslög og innlendar reglur stangast á við meginreglur og staðla *viðmiðunarreglnanna* ættu fyrirtæki að leita leiða til að halda slíkar meginreglur og staðla í heiðri, að því marki sem þær brjóta ekki í bága við landslög.

c) Þar sem starfsemi fjölþjóðlegra fyrirtækja teygir sig um allan heim ætti alþjóðleg samvinna á þessu sviði að ná til allra landa. Þátttökuríkin sem styðja *viðmiðunarreglurnar* hvetja fyrirtæki sem starfa á eða frá landsvæðum þeirra til að virða *viðmiðunarreglurnar* hvar sem þau starfa en taka um leið tillit til sérstakra aðstæðna í hverju gistilandi fyrir sig.

d) Ekki er þörf á nákvæmri skilgreiningu á fjölþjóðlegum fyrirtækjum að því er varðar *viðmiðunarreglurnar*. Þó að *viðmiðunarreglurnar* geri ráð fyrir víðtækri nálgun við að tilgreina hvaða einingar geti talist fjölþjóðleg fyrirtæki að því er *viðmiðunarreglurnar* varðar er alþjóðlegt eðli skipulags eða starfsemi fyrirtækis, sem og viðskiptaform þess, tilgangur eða starfsemi helstu þættirnir sem huga ber að í þessu samhengi. Þessi fyrirtæki starfa í öllum greinum atvinnulífsins. Þau samanstanda yfirleitt af félögum eða öðrum einingum með staðfestu í fleiri en einu landi sem eru tengd þannig að þau geti samræmt starfsemi sína á ýmsan hátt. Þó að ein eða fleiri þessara eininga geti haft veruleg áhrif á starfsemi annarra eininga í samstæðu getur sjálfræðisstig þeirra innan samstæðu verið afar mismunandi frá einu fjölþjóðlegu fyrirtæki til annars. Eignarhald getur verið í höndum einkaaðila, ríkis eða blandað. *Viðmiðunarreglunum* er beint til allra eininga innan fjölþjóðlegs fyrirtækis (móðurfélags og/eða staðbundinna eininga). Samkvæmt raunverulegri dreifingu ábyrgðar meðal eininga er ætlast til að ólíkar einingar vinni saman og aðstoði hver aðra til að auðvelda hlítni við *viðmiðunarreglurnar*.

e) *Viðmiðunarreglurnar* miða ekki að því að innleiða ólíka meðferð á fjölþjóðlegum og innlendum fyrirtækjum heldur endurspegla þær góðar starfsvenjur öllum til handa. Til samræmis við það eru sömu væntingar gerðar til fjölþjóðlegra og innlendra fyrirtækja að því er varðar viðskiptahætti alls staðar þar sem *viðmiðunarreglurnar* skipta máli fyrir bæði.

f) Ríki vilja hvetja til þess að *viðmiðunarreglunum* sé fylgt eins ítarlega og hægt er. Þó viðurkennt sé að lítil og meðalstór fyrirtæki hafi hugsanlega ekki sömu getu og stærri fyrirtæki hvetja þátttökuríkin þau engu að síður til þess að fylgja tilmælum *viðmiðunarreglnanna* eins og þeim frekast er unnt.

g) Þátttökuríki sem styðja *viðmiðunarreglurnar* ættu hvorki að nota þær til að styðja við verndarstefnu né nota þær á þann hátt sem dregur í efa hlutfallslegt forskot hvers lands þar sem fjölþjóðleg fyrirtæki fjárfesta.

h) Ríki hafa rétt til að mæla fyrir um skilyrði þess að fjölþjóðleg fyrirtæki starfi innan lögsagnarumdæma sinna, með fyrirvara um alþjóðalög. Einingar fjölþjóðlegra fyrirtækja sem eru staðsettar í ýmsum löndum falla undir gildandi lög í þeim löndum. Ef fjölþjóðleg fyrirtæki falla undir kröfur þátttökuríkja eða þriðju landa sem stangast á eru viðkomandi ríki hvött til að starfa saman í góðri trú að því að leysa þau vandamál sem upp kunna að koma.

i) Þátttökuríki sem styðja *viðmiðunarreglurnar* setja þær fram með þeim skilningi að þau muni uppfylla skyldur sínar til að meðhöndla fyrirtæki af réttlæti og í samræmi við alþjóðalög og samningsbundnar skyldur.

j) Hvatt er til þess að viðeigandi tilhögun á lausn alþjóðlegra deilumála, að meðtöldum gerðardómi, verði nýtt sem leið til að auðvelda úrlausn lagalegra vandamála sem upp koma milli fyrirtækja og gistiríkja.

k) Þátttökuríki sem styðja *viðmiðunarreglurnar* munu innleiða þær og hvetja til notkunar á þeim. Þau munu koma á fót landstengiliðum fyrir ábyrga viðskiptahætti sem halda *viðmiðunarreglunum* á lofti og virka sem umræðuvettvangur um öll atriði í tengslum við *viðmiðunarreglurnar*. Þátttökuríkin munu einnig taka þátt í viðeigandi endurskoðunar- og samráðsferlum til að takast á við viðkomandi áhyggjur varðandi túlkun og framkvæmd *viðmiðunarreglnanna* og til að viðhalda áframhaldandi gildi þeirra á tímum breytinga.

II. Almennar stefnur

Fyrirtæki ættu að taka fullt tillit til fyrirliggjandi stefna í löndunum þar sem þau starfa og huga að sjónarmiðum annarra hagsmunaaðila. Að því er þetta varðar:

A. Ættu fyrirtæki að:

a) Stuðla að efnahagslegum, umhverfislegum og félagslegum framförum í því skyni að ná fram sjálfbærri þróun.

b) Virða alþjóðlega viðurkennd mannréttindi þeirra sem starfsemi þeirra hefur áhrif á.

c) Hvetja til staðbundinnar uppbyggingar á getu með nánu samstarfi við nærsamfélagið, þ.m.t. viðskiptahagsmunum, auk þess að þróa starfsemi fyrirtækisins á innlendum og erlendum mörkuðum í samræmi við þörfina á traustum viðskiptaháttum.

d) Hvetja til mannauðsmyndunar, einkum með því að skapa atvinnutækifæri og greiða fyrir þjálfunartækifærum fyrir starfsfólk.

e) Tryggja gagnsæi og heilindi í hagsmunabaráttu og forðast að leita eftir eða samþykkja undanþágur sem ekki er gert ráð fyrir í lögum eða reglugerðum sem tengjast mannréttindum, umhverfismálum, heilbrigði, öryggi, atvinnu, skattlagningu, fjárhagslegum hvötum eða öðrum atriðum.

f) Styðja og staðfesta meginreglur um góða stjórnarhætti fyrirtækja og þróa og beita góðum starfsvenjum í stjórnarháttum fyrirtækja, þ.m.t. í öllum fyrirtækjasamstæðum.

g) Þróa og beita skilvirkum aðferðum við sjálfseftirlit og stjórnunarkerfum sem stuðla að tiltrú og gagnkvæmu trausti milli fyrirtækja og samfélaganna þar sem þau starfa.

h) Stuðla að árvekni og hlítni starfsfólks, sem starfar hjá fjölþjóðlegum fyrirtækjum, að því er varðar stefnur félaga, með viðeigandi miðlun á þessum stefnum, þ.m.t. með þjálfunaráætlunum.

i) Forðast aðgerðir sem valda mismunun eða að beita agavaldi eða taka á annan hátt þátt í refsiaðgerðum gegn launafólki, trúnaðarmönnum eða öðrum fulltrúum launafólks sem gefa stjórnendum, eða, eins og við á, lögbærum opinberum yfirvöldum, skýrslur í góðri trú um starfsvenjur sem brjóta í bága við lög, viðmiðunarreglurnar eða stefnur fyrirtækisins.

j) Forðast, og gera ráðstafanir til að koma í veg fyrir, refsiaðgerðir, þ.m.t. af hálfu aðila sem fyrirtækið á í viðskiptasambandi við, gegn einstaklingum eða hópum sem kunna að leitast við að eða rannsaka eða vekja athygli á raunverulegum eða hugsanlegum neikvæðum áhrifum sem tengjast rekstri fyrirtækisins, vörum þess eða þjónustu. Þetta felur í sér að stuðla að umhverfi þar sem einstaklingum og hópum finnst óhætt að vekja athygli á áhyggjuefnum og, ef við á, leggja sitt af mörkum við að draga úr neikvæðum áhrifum þegar þau koma upp.

k) Framkvæma áhættumiðaða áreiðanleikakönnun, t.d. með því að fella hana inn í áhættustjórnunarkerfi til að tilgreina, koma í veg fyrir og milda raunveruleg og hugsanleg neikvæð áhrif, eins og lýst er í 12. og 13. mgr., og gera grein fyrir því hvernig brugðist er við þessum áhrifum. Eðli og umfang áreiðanleikakönnunar fer eftir aðstæðum í hverju tilfelli fyrir sig.

l) Forðast að valda eða stuðla að neikvæðum áhrifum á atriði sem falla undir *viðmiðunarreglurnar* í gegnum eigin starfsemi og taka á slíkum áhrifum þegar þau koma upp, þ.m.t. með því að draga úr neikvæðum áhrifum eða vinna með öðrum að því að draga úr þeim.

m) Leitast við að koma í veg fyrir eða draga úr neikvæðum áhrifum þar sem þau hafa ekki stuðlað að téðum áhrifum, ef rekja má áhrifin engu að síður beint til reksturs þeirra, vara eða þjónustu í gegnum viðskiptasamband. Þessu er ekki ætlað að færa ábyrgðina af þeim aðila sem veldur neikvæðum áhrifum yfir á fyrirtækið sem viðkomandi á viðskiptasamband við.

n) Auk þess að taka á neikvæðum áhrifum í tengslum við atriði sem falla undir viðmiðunarreglurnar, hvetja aðila sem fyrirtæki á í viðskiptasambandi við til að beita meginreglum um ábyrga viðskiptahætti sem samræmast viðmiðunarreglunum, þar sem við verður komið.

o) Taka upp markvissar samræður við viðkomandi hagsmunaaðila eða lögmæta fulltrúa þeirra sem hluta af því að framkvæma áreiðanleikakönnun og til að skapa tækifæri til að taka tillit til sjónarmiða þeirra að því er varðar starfsemi sem getur haft veruleg áhrif á þá í tengslum við atriði sem falla undir viðmiðunarreglurnar.

p) Halda sig frá hvers kyns óviðeigandi þátttöku í stjórnmálastarfi.

B. Eru fyrirtæki hvött til að:

q) Taka þátt í eða styðja, eftir því sem við á, framtaksverkefni einkaaðila eða margra hagsmunaaðila og skoðanaskipti milli aðila vinnumarkaðarins um ábyrga viðskiptahætti en tryggja um leið að þessi framtaksverkefni taki tilhlýðilegt tillit til þess hvaða félagslegu og efnahagslegu áhrif þau hafa á jaðarhagkerfi og gildandi alþjóðlega viðurkennda staðla.

Athugasemdir við II. kafla: Almennar stefnur

1. Kaflinn um almennar stefnur í *viðmiðunarreglunum* er sá fyrsti sem inniheldur sérstök tilmæli til fyrirtækja. Sem slíkt er mikilvægt að gefa tóninn og koma á fót sameiginlegum grundvallarreglum fyrir sérstök tilmæli í síðari köflum.

2. Fyrirtæki eru hvött til þess að starfa með ríkjum að þróun og framkvæmd á stefnum og lögum. Það getur styrkt þetta ferli að taka tillit til sjónarmiða hagsmunaaðila í samfélaginu, þ.m.t. nærsamfélagsins og þeirra sem verða fyrir, eða hugsanlega verða fyrir, neikvæðum áhrifum af starfsemi fyrirtækjanna, sem og sjónarmiða varðandi viðskiptahagsmuni. Einnig er tekið fram að ríki ættu að hafa gagnsæi í fyrirrúmi í samskiptum sínum við fyrirtæki og hafa samráð við fyrirtæki um þessi sömu atriði. Líta ætti á fyrirtæki, aðila vinnumarkaðarins og aðra hagsmunaaðila, svo sem borgaraleg samtök og stéttarfélög, sem samstarfsaðila ríkis við þróun og notkun á bæði valfrjálsum nálgunum og stjórnsýslunálgunum (en *viðmiðunarreglurnar* eru einn þáttur þeirra) við stefnur sem hafa áhrif á þau.

3. Starfsemi fjölþjóðlegra fyrirtækja ætti ekki að stangast á við þróun sjálfbærni og *viðmiðunarreglunum* er ætlað að stuðla að samstillingu hvað þetta varðar. Tengsl á milli efnahagslegra, félagslegra og umhverfislegra framfara eru jú lykilleiðir til að komast nær markmiðinu um sjálfbærni.[1]

4. Í IV. kafla er fjallað nánar um tilmæli um almenn mannréttindi í málsgrein A.2.

5. *Viðmiðunarreglurnar* viðurkenna einnig og hvetja til þess að fjölþjóðleg fyrirtæki leggi sitt af mörkum til staðbundinnar uppbyggingar á getu vegna starfsemi sinnar í nærsamfélögum. Á sama hátt eru tilmælin um myndun mannauðs skýr og framsýn viðurkenning á því framlagi til einstaklingsþróunar sem

[1] Ein sú skilgreining sem hvað víðast er viðurkennd á sjálfbærni frá Alþjóðanefndinni um umhverfi og þróun frá 1987 (Brundtland-nefndinni), er: „Þróun sem uppfyllir þarfir samtímans án þess að skerða getu komandi kynslóða til að uppfylla eigin þarfir“. Heimsmarkmið um að uppræta fátækt, vernda jörðina og tryggja að allir njóti friðar og hagsældar eru mikilvægir viðmiðunarpunktar hvað þetta varðar.

fjölþjóðleg fyrirtæki geta boðið starfsfólki sínu og ná ekki aðeins til ráðningaraðferða heldur einnig til þjálfunar og annarrar starfsmannaþróunar. Mannauðsmyndun felur einnig í sér hugtakið um bann við mismunun við ráðningar, sem og við stöðuhækkun, símenntun og aðra þjálfun í starfi.

6. Fyrirtæki taka frjálsan þátt í opinberri umræðu. Þegar fyrirtæki taka þátt í málsvarastarfi á opinberum vettvangi ættu þau að taka tilhlýðilegt tillit til *Tilmæla um meginreglur um gagnsæi og heilindi í hagsmunabaráttu [OECD/LEGAL/0379]* og tryggja að hagsmunabarátta þeirra sé í samræmi við skuldbindingar þeirra og markmið í málefnum sem falla undir *viðmiðunarreglurnar*. Ríki bera ábyrgð á því að koma á fót ramma um heilindi hjá opinberum stofnunum sem er aðlagaður að áhættunni sem tengist hagsmunabaráttu af hálfu opinberra embættismanna. *Viðmiðunarreglurnar* mæla með því að fyrirtæki forðist almennt að reyna að fá undanþágur sem ekki er gert ráð fyrir í lögum eða reglugerðum og tengjast mannréttindum, umhverfismálum, heilbrigði, öryggi, vinnuafli, skattlagningu og fjárhagslegum hvötum, meðal annarra mála, án þess að ganga á rétt fyrirtækisins til að leita eftir að breytingar verði gerðar á lögum og reglugerðum. Orðin „eða samþykkja" draga einnig athygli að hlutverki ríkisins við að veita þessar undanþágur. Þó að slíkum ákvæðum hafi jafnan verið beint að ríkjum hafa þau einnig beint gildi fyrir fjölþjóðleg fyrirtæki. Sem betur fer eru þó tilvik þar sem sérstakar undanþágur geta verið í samræmi við þessi lög af lögmætum ástæðum innan opinberrar stefnu. Kaflarnir um umhverfis- og samkeppnisstefnu gefa dæmi um það.

7. *Viðmiðunarreglurnar* mæla með því að fyrirtæki viðhafi góða stjórnarhætti eins og fram koma í *Meginreglum Efnahags- og framfarastofnunarinnar/G20-hópsins um stjórnarhætti fyrirtækja [OECD/LEGAL/0413]*. Meginreglurnar kalla eftir vernd og að hluthöfum sé auðveldað að nýta sér réttindi sín, þ.m.t. meðferð þar sem jafnræðis er gætt meðal hluthafa. Fyrirtæki ættu að virða réttindi hagsmunaaðila samkvæmt lögum eða gagnkvæmum samningum og hvetja til virks samstarfs við hagsmunaaðila við að skapa auð, störf og sjálfbær og álagsþolin fyrirtæki.

8. Í meginreglunum er skorað á stjórn móðurfélagsins að tryggja stefnumarkandi leiðbeiningar fyrirtækis, skilvirkt eftirlit með stjórnun og að hún beri ábyrgð gagnvart fyrirtækinu og hagsmunaaðilum, en taki um leið tillit til hagsmuna hagsmunaaðilanna. Þegar stjórnin tekur þessar skyldur að sér þarf hún að tryggja heilleika bókhalds- og reikningsskilakerfa fyrirtækisins, þ.m.t. óháða endurskoðun, viðeigandi eftirlitskerfi, einkum áhættustýringu, og fjármála- og rekstrarstjórn og hlítingu við lög og viðeigandi staðla.

9. Meginreglurnar ná yfir félög innan fyrirtækjasamstæðna, sem eru skráð í kauphöll, þó að stjórnir dótturfyrirtækja kunni að hafa skyldur samkvæmt lögum í þeirri lögsögu sem þau eru stofnuð. Regluvörslu- og eftirlitskerfi ættu að ná yfir þessi dótturfélög þar sem því verður við komið. Enn fremur felur vöktun stjórnarinnar á stjórnarháttum í sér stöðuga endurskoðun á innra skipulagi til að tryggja skýrar línur í ábyrgðarskyldu stjórnenda innan samstæðunnar.

10. Fjölþjóðleg fyrirtæki í ríkiseigu falla undir sömu tilmæli og fyrirtæki í einkaeigu en opinber athugun er oft aukin þegar ríkið er endanlegur eigandi. *Viðmiðunarreglur Efnahags- og framfarastofnunarinnar um stjórnarhætti fyrirtækja í ríkiseigu* eru gagnlegar og sérsniðnar leiðbeiningar fyrir þessi fyrirtæki og tilmælin sem þær innihalda geta bætt stjórnarhætti umtalsvert.

11. Þrátt fyrir að meginábyrgð á því að bæta laga- og stofnanaramma liggi hjá ríkjum eru sterk viðskiptaleg rök fyrir því að fyrirtæki innleiði góða stjórnarhætti.

12. Sístækkandi net viðmiða og aðgerða um sjálfseftirlit, sem ekki eru á vegum opinberra aðila, tekur á tilteknum þáttum í fyrirtækjahegðun og tengsla milli fyrirtækis og samfélags. Áhugaverð þróun í þessu sambandi á sér stað í fjármálageiranum. Fyrirtæki viðurkenna að starfsemi þeirra hefur oft samfélagslegar og umhverfislegar afleiðingar. Stofnun sjálfseftirlitsaðgerða og stjórnunarkerfa og þátttaka í tengdum framtaksverkefnum fyrirtækja með marga hagsmunaaðila, sem eru næm fyrir því að þessum markmiðum sé náð, og stuðlar þannig að sjálfbærri þróun, er dæmi um þetta. Sjálfseftirlitsaðgerðir og framtaksverkefni með mörgum hagsmunaaðilum ættu að vera trúverðug og gagnsæ. Þar sem slík framtaksverkefni leggja áherslu á áreiðanleikakönnun um ábyrga viðskiptahætti getur samræmi við viðeigandi alþjóðlega staðla,

eins og viðmiðunarreglurnar, stuðlað að meiri skilvirkni og dregið um leið úr flækjustigi og kostnaði fyrirtækja sem taka þátt í slíkum framtaksverkefnum. Þróun slíkra aðgerða getur í framhaldinu eflt uppbyggileg tengsl milli fyrirtækja og samfélaganna þar sem þau starfa. Þrátt fyrir að fyrirtæki geti starfað saman innan atvinnugreinar eða á vettvangi margra hagsmunaaðila bera þau áfram ábyrgð hvert fyrir sig á því að tryggja að áreiðanleikakannanir þeirra séu gerðar á skilvirkan hátt.

13. Í kjölfar skilvirkra sjálfseftirlitsaðgerða er að sjálfsögðu gert ráð fyrir að fyrirtæki efli þekkingu starfsfólks á fyrirtækjastefnum. Einnig er mælt með verndarráðstöfunum til að vernda aðgerðir uppljóstrara („whistle-blowing"), þ.m.t. verndun starfsfólks sem, þegar ekki er gripið til tímanlegra aðgerða til úrbóta eða þegar raunhæf hætta er á neikvæðum afleiðingum í starfi, tilkynna lögbærum yfirvöldum um starfshætti sem brjóta í bága við lög. Þó að slík vernd hafi sérstakt gildi fyrir innra eftirlit, siðareglur og regluvörsluáætlanir sem tengjast baráttu gegn spillingu, sem fjallað er um í VII. kafla, og framtaksverkefni í umhverfismálum, er hún einnig viðeigandi fyrir önnur tilmæli í *viðmiðunarreglunum*.

14. Fyrirtæki ættu að gera ráðstafanir til að skapa rými þar sem óhætt er að tjá áhyggjur af neikvæðum áhrifum sem tengjast starfsemi þeirra eða starfsemi aðila sem þau eiga í viðskiptasambandi við. Mikilvægt er að forðast og gera ráðstafanir til að koma í veg fyrir notkun refsiaðgerða til að vernda athafnarými borgarasamfélagsins og koma í veg fyrir að hópar og einstaklingar sem leitast við að rannsaka, tjá eða tilkynna slíkar áhyggjur, verði fyrir skaða. Refsiaðgerðir fela í sér hefndaraðgerðir eða mismununaraðgerðir sem er ætlað að ritskoða, kúga, skaða eða þagga niður í gagnrýnendum, svo sem hótanir, rógburð, ófrægingu, áreitni, þvingun með hótunum, öryggisgæslu, stefnumarkandi málaferli gegn þátttöku almennings, tilraunir til að gera löglega starfsemi refsiverða, líkamsárásir og manndráp.

15. Að því er *viðmiðunarreglurnar* varðar er litið á áreiðanleikakönnun sem ferlið þar sem fyrirtæki geta tilgreint, komið í veg fyrir, mildað og gert grein fyrir því hvernig þau taka á raunverulegum og hugsanlegum neikvæðum áhrifum sem óaðskiljanlegan hluta af ákvarðanatöku og áhættustjórnunarkerfum fyrirtækja. Leiðbeiningar Efnahags- og framfarastofnunarinnar um áreiðanleikakönnun um ábyrga viðskiptahætti og leiðbeiningar Efnahags- og framfarastofnunarinnar um geiramiðaða áreiðanleikakönnun hjálpa fyrirtækjum að öðlast skilning á og innleiða tilmæli um áreiðanleikakannanir í *viðmiðunarreglunum*. Þær miða einnig að því að stuðla að sameiginlegum skilningi ríkja og hagsmunaaðila á áhættutengdri áreiðanleikakönnun um ábyrga viðskiptahætti. Í því skyni er í leiðbeiningum Efnahags- og framfarastofnunarinnar um áreiðanleikakönnun um ábyrga viðskiptahætti settur fram rammi sem ríki hafa skuldbundið sig til að styðja og vakta með virkum hætti. Þar er gerð grein fyrir eftirfarandi ráðstöfunum: 1. að fella ábyrga viðskiptahætti inn í stefnur og stjórnunarkerfi, 2. að tilgreina og meta raunveruleg og hugsanleg neikvæð áhrif sem tengjast rekstri, vörum eða þjónustu fyrirtækis, 3. að stöðva, koma í veg fyrir og milda neikvæð áhrif, 4. að rekja innleiðingu og niðurstöður hennar, 5. að miðla því hvernig brugðist er við áhrifum, og 6. að bæta úr eða vinna saman að úrbótum þegar við á. Þar er einnig stungið upp á hagnýtum aðgerðum til að innleiða þessar ráðstafanir. Ekki eiga allar hagnýtar aðgerðir sem nefndar eru í leiðbeiningum um áreiðanleikakönnun við í öllum aðstæðum.

16. Áreiðanleikakönnun getur verið hluti af víðtækari áhættustjórnunarkerfum fyrirtækja, að því tilskildu að hún nái lengra en að einfaldlega tilgreina og stjórna efnislegri áhættu fyrir sjálft fyrirtækið, til að fela í sér hættuna á neikvæðum áhrifum sem tengjast málefnum sem falla undir *viðmiðunarreglurnar*. Bregðast skal við hugsanlegum áhrifum með forvörnum eða mótvægisaðgerðum, en bregðast skal við raunverulegum áhrifum með úrbótum. *Viðmiðunarreglurnar* varða þau neikvæðu áhrif sem fyrirtækið veldur eða stuðlar að eða eru beintengd rekstri þess, vörum eða þjónustu í gegnum viðskiptasamband, eins og lýst er í málsgreinum A.12 og A.13. Áreiðanleikakönnun getur hjálpað fyrirtækjum að forðast hættu á slíkum neikvæðum áhrifum. Að því er varðar þessi tilmæli ætti að túlka „að stuðla að" neikvæðum áhrifum sem verulegt framlag, sem þýðir starfsemi sem veldur, auðveldar eða hvetur aðra aðila til að valda neikvæðum áhrifum og felur ekki í sér minniháttar eða léttvæg framlög. Tengsl fyrirtækis við neikvæð áhrif eru ekki óbreytileg. Þau geta breyst, t.d. eftir því sem aðstæður þróast og eftir því að hve miklu leyti áreiðanleikakönnun og ráðstafanir sem gerðar eru til að takast á við greinda áhættu og áhrif, draga úr því að áhrifin komi fram.

17. Hugtakið „viðskiptasamband“ felur í sér sambönd við viðskiptafélaga, undirverktaka, sérleyfishafa, félög sem fjárfest er í, viðskiptavini og samstarfsaðila í samrekstri, aðila í aðfangakeðjunni sem útvega vörur eða þjónustu í þágu eigin rekstrar, vara eða þjónustu fyrirtækis eða sem taka á móti, veita leyfi fyrir, kaupa eða nota vörur eða þjónustu fyrirtækisins og hvers kyns aðra aðila í eigu ríkisins eða ekki sem eru beintengdir rekstri þess, vörum eða þjónustu. Sambönd við einstaka neytendur sem eru einstaklingar og koma fram í tilgangi sem er ótengdur starfsemi fyrirtækja, viðskipta eða ríkja, teljast almennt ekki vera „viðskiptasambönd“ samkvæmt *viðmiðunarreglunum,* þó að fyrirtæki geti stuðlað að neikvæðum áhrifum af völdum þeirra. Viðskiptasambönd fela í sér sambönd umfram samningsbundin, „fyrsta þreps“ eða milliliðalaus sambönd. Aðilar sem fyrirtæki á í viðskiptasambandi við kunna að starfa í eða frá þátttökuríkjum eða ekki. Geta fyrirtækis til að auðkenna, koma í veg fyrir og milda raunveruleg og hugsanleg áhrif, eins og lýst er í málsgrein A.11, kann að vera breytileg eftir ólíkum gerðum viðskiptasambanda, sem og vegna annarra þátta, þ.m.t. eins og lýst er í 24. mgr. í athugasemdum.

18. Tilmælin í málsgrein A.11 gilda um þau atriði sem falla undir *viðmiðunarreglurnar* og sem tengjast neikvæðum áhrifum í tengslum við rekstur, vörur og þjónustu fyrirtækis. Tilmælin í málsgrein A.11 gilda ekki um kaflana um samkeppni og skattlagningu. Í öllum *viðmiðunarreglunum* ætti að lesa tilmæli sem tengjast áreiðanleikakönnun í samræmi við málsgreinar A11–13 og tengdar athugasemdir.

19. Eðli og umfang áreiðanleikakönnunar, svo sem hvaða tilteknu skref eigi við í tilteknum aðstæðum, ráðast af þáttum eins og aðstæður rekstrar fyrirtækis, sérstökum tilmælum í *viðmiðunarreglunum*, og ættu að vera í réttu hlutfalli við stærð fyrirtækisins, aðkomu þess að neikvæðum áhrifum og alvarleika þeirra. Hvað þetta varðar ættu þær ráðstafanir sem fyrirtæki gerir til að framkvæma áreiðanleikakönnun að vera áhættumiðaðar, í samræmi við alvarleika og líkur á neikvæðum áhrifum og viðeigandi og í réttu hlutfalli við aðstæður þess. Þar sem ekki er hægt að taka á öllum tilgreindum áhrifum í einu ætti fyrirtæki að forgangsraða í hvaða röð gripið er til aðgerða miðað við alvarleika og líkur á neikvæðum áhrifum.

20. *Viðmiðunarreglurnar* viðurkenna að hugsanlega geta ekki öll fyrirtæki metið eða unnið með öllum þeim stöku aðilum sem þau eiga í viðskiptasambandi við. Ef fyrirtæki eru með mikinn fjölda birgja og önnur viðskiptasambönd eru þau hvött til að tilgreina almenn svið þar sem hættan á neikvæðum áhrifum er mest og, á grundvelli þessa áhættumats, forgangsraða þessum sviðum fyrir áreiðanleikakönnun í samræmi við þær ráðstafanir sem lýst er í 19. mgr. í athugasemdum. Áhættumiðuð áreiðanleikakönnun í tengslum við vörur eða þjónustu fyrirtækis ætti að taka tillit til þekktra eða sæmilega fyrirsjáanlegra kringumstæðna í tengslum við notkun vöru eða þjónustu í samræmi við fyrirhugaðan tilgang, eða við aðstæður þar sem sæmilega fyrirsjáanlegt er að óviðeigandi notkun eða misnotkun eigi sér stað, sem getur leitt til neikvæðra áhrifa. Sérstök tilmæli eru veitt í viðeigandi köflum um áreiðanleikakönnun í tengslum við einstök atriði.

21. Ef fyrirtæki veldur eða getur valdið neikvæðum áhrifum ætti það að gera nauðsynlegar ráðstafanir til að stöðva eða koma í veg fyrir áhrifin.

22. Ef fyrirtæki á þátt í eða kann að eiga þátt í neikvæðum áhrifum ætti það að grípa til nauðsynlegra ráðstafana til að stöðva eða koma í veg fyrir framlag sitt og beita áhrifamætti sínum til að milda eftirstandandi áhrif að því marki sem hægt er. Áhrifamáttur telst vera til staðar ef fyrirtækið getur haft áhrif á breytingar á röngum vinnubrögðum aðilans sem veldur skaða.

23. Viðmiðunarreglurnar viðurkenna að ekki ætti að færa ábyrgðina af aðila sem veldur neikvæðum áhrifum yfir á fyrirtæki sem viðkomandi á í viðskiptasambandi við. Hvað þetta varðar, þar sem fyrirtæki er beintengt neikvæðum áhrifum í gegnum viðskiptasamband en veldur hvorki né stuðlar að þeim, ber það ekki ábyrgð á því að gera úrbætur, þó að það geti tekið þátt í því, heldur á því að beita áhrifamætti sínum eitt og sér eða í samstarfi við aðra aðila til að hafa áhrif á aðilann sem veldur neikvæðum áhrifum til að koma í veg fyrir, milda eða bæta úr þeim áhrifum. Ef fyrirtæki hefur ekki nægilegan áhrifamátt ætti það að skoða leiðir til að auka áhrifamátt sinn. Fyrirtæki geta notað eða aukið áhrifamátt sinn á ýmsa vegu til að hafa áhrif á aðila sem þau eiga í viðskiptasambandi við, t.d. með stuðningi, þjálfun og uppbyggingu á getu; samstarfi til að hvetja þau til að koma í veg fyrir og/eða milda áhrif, fella væntingar um ábyrga viðskiptahætti og áreiðanleikakönnun sérstaklega inn í viðskiptasamninga eins og stjórnunarsamninga, forhæfiskröfur

fyrir hugsanlega birgja, hluthafasamninga og leyfis- eða sérleyfissamninga; með því að tengja viðskiptahvata við frammistöðu í ábyrgum viðskiptaháttum; vinna með eftirlitsaðilum og stefnumótendum að ábyrgum viðskiptaháttum; koma á framfæri möguleikum á að slíta viðskiptasambandi af ábyrgð ef væntingar varðandi ábyrga viðskiptahætti eru ekki virtar, vinna með öðrum fyrirtækjum (innan atvinnugreina, áhættusviðs eða landa) að því að sameina áhrifamátt og innleiða sameiginlega staðla um ábyrga viðskiptahætti. Aðrir þættir sem skipta máli við að ákvarða viðeigandi viðbrögð við greindri áhættu eru m.a. alvarleiki og líkur á neikvæðum áhrifum og hversu mikilvægur sá birgir er fyrirtækinu.

24. *Viðmiðunarreglurnar* viðurkenna að það eru raunhæfar takmarkanir á því hversu mikinn áhrifamátt fyrirtæki hafa eða geta haft til að hafa áhrif á hegðun aðila sem þau eiga í viðskiptasambandi við. Þetta tengist eiginleikum vöru og/eða þjónustu, fjölda birgja og annarra viðskiptasambanda, skipulagi og flækjustigi aðfangakeðju eða eðli þess viðskiptasambands eða neikvæðu áhrifa sem um er að ræða. Í sumum tilfellum, þegar þjónusta er veitt eða vara seld eða endurseld, geta fyrirtæki t.d. haft skerta getu til að hafa eftirlit með áhrifum sínum eða beita eða byggja upp áhrifamátt. Í slíkum tilfellum getur verið sérstaklega mikilvægt að reyna að auðkenna raunveruleg og hugsanleg áhrif og grípa til fyrirbyggjandi eða mildandi aðgerða á undan og þegar sala á sér stað.

25. Viðeigandi viðbrögð með tilliti til viðskiptasambands geta falið í sér að sambandinu sé haldið áfram með tilraunum til áhættumildunar, tímabundna stöðvun sambands á meðan leitast er við að milda áhættu, eða, sem síðasta úrræði, að slíta sig úr viðskiptasambandi annaðhvort eftir misheppnaðar tilraunir til mótvægis eða þar sem fyrirtæki telur mótvægisaðgerðir ekki framkvæmanlegar eða vegna alvarleika neikvæðu áhrifanna. Þar sem fyrirtæki geta haldið sambandinu áfram og sýnt fram á raunhæfar horfur á eða raunverulegar framfarir með tímanum, verður slík nálgun oft ákjósanlegri en að slíta sambandinu. Fyrirtækið ætti einnig að taka tillit til hugsanlegra félagslega, umhverfislega og efnahagslega neikvæðra áhrifa sem tengjast ákvörðun um að slíta sambandi. Þegar fyrirtæki ákveða að slíta viðskiptasambandi ættu þau að gera það á ábyrgan hátt, m.a. með því að leita tímanlega mikilvægs samráðs við viðkomandi hagsmunaaðila og þar sem hægt er, með því að gera hæfilegar og viðeigandi ráðstafanir til að koma í veg fyrir eða milda neikvæð áhrif sem tengjast slitum á sambandinu.

26. Fyrirtæki geta einnig unnið með birgjum og öðrum aðilum sem þau eiga í viðskiptasambandi við til að bæta frammistöðu sína, í samstarfi við aðra hagsmunaaðila, þ.m.t. með þjálfun á starfsfólki og annars konar uppbyggingu á getu og stutt innleiðingu á meginreglum um ábyrga viðskiptahætti sem eru í samræmi við *viðmiðunarreglurnar* inn í viðskiptahætti sína. Samstarf og stuðningur við lítil og meðalstór fyrirtæki sem þau eiga í viðskiptasambandi við eru sérstaklega mikilvæg hvað þetta varðar. Ef gerðar eru misvísandi kröfur til aðila sem fyrirtæki á í viðskiptasambandi við, t.d. af hálfu mismunandi kaupenda eða þjónustuveitenda, eru fyrirtæki, að teknu tilhlýðilegu tilliti til samkeppnishamlandi þátta, hvött til að taka þátt í samstarfi við önnur fyrirtæki innan sömu atvinnugreinar um að samræma stefnur um áreiðanleikakannanir og áhættustýringaráætlanir, m.a. með upplýsingaskiptum.

27. Fyrirtæki eru einnig hvött til að taka þátt í framtaksverkefnum einkaaðila eða margra hagsmunaaðila og skoðanaskiptum milli aðila vinnumarkaðarins um ábyrga viðskiptahætti, svo sem þeim sem gerð eru samkvæmt *ákvörðun ráðsins um viðmiðunarreglur Efnahags- og framfarastofnunarinnar fyrir fjölþjóðleg fyrirtæki um ábyrga viðskiptahætti*, þ.m.t. verklagsreglum meðfylgjandi þeim.

28. Þýðingarmikið samstarf við hagsmunaaðila er lykilþáttur í ferli áreiðanleikakönnunar. Í sumum tilfellum getur samstarf við hagsmunaaðila eitt og sér einnig verið réttur í sjálfu sér. Samstarf við hagsmunaaðila felur í sér gagnvirk samskiptaferli við viðkomandi hagsmunaaðila, t.d. með fundum, skýrslugjöf eða samráðsaðgerðum. Viðkomandi hagsmunaaðilar eru aðilar eða hópar, eða lögmætir fulltrúar þeirra, sem hafa réttindi eða hagsmuni sem tengjast þeim atriðum sem falla undir viðmiðunarreglurnar og eru eða gætu orðið fyrir áhrifum í tengslum við rekstur, vörur eða þjónustu fyrirtækisins. Fyrirtæki geta sett í forgang samstarf við þá hagsmunaaðila sem verða fyrir mestum eða hugsanlega mestum áhrifum. Umfang samstarfs kann að fara eftir hve miklum áhrifum hagsmunaaðilar verða fyrir. Þýðingarmikið samstarf við hagsmunaaðila vísar til áframhaldandi samstarfs við

hagsmunaaðila sem er gagnkvæmt, framkvæmt í góðri trú þátttakenda báðum megin og sem er móttækilegt fyrir sjónarmiðum hagsmunaaðila. Til að tryggja að samstarf við hagsmunaaðila sé þýðingarmikið og skilvirkt og til að finna og fjarlægja hugsanlegar hindranir á samstarfi við hagsmunaaðila sem eru í viðkvæmri stöðu eða jaðarstöðu er mikilvægt að tryggja að það sé tímanlegt, aðgengilegt, viðeigandi og öruggt fyrir hagsmunaaðila. Leiðbeiningar Efnahags- og framfarastofnunarinnar um áreiðanleikakönnun um ábyrga viðskiptahætti og viðeigandi geirasértækar leiðbeiningar Efnahags- og framfarastofnunarinnar innihalda hagnýtan stuðning fyrir fyrirtæki við framkvæmd samstarfs við hagsmunaaðila, þ.m.t. sem hluta af áreiðanleikakönnunarferli fyrirtækis. Þetta samstarf er sérstaklega mikilvægt við skipulagningu og ákvarðanatöku varðandi verkefni eða aðra starfsemi sem felur t.d. í sér þéttbæra nýtingu lands, sem gæti haft veruleg áhrif á nærsamfélög.

29. Að lokum er mikilvægt að hafa í huga að sjálfseftirlit og annað frumkvæði af svipuðu tagi, þ.m.t. viðmiðunarreglurnar, ættu ekki að takmarka samkeppni á ólögmætan hátt né ætti það að teljast koma í stað virkrar löggjafar og reglugerða stjórnvalda. Við mótun siðareglna og sjálfseftirlitsaðgerða ættu fjölþjóðleg fyrirtæki að gæta þess að þær valdi ekki röskun á hugsanlegum viðskiptum eða fjárfestingum.

III. Upplýsingagjöf

1. Fyrirtæki ættu að taka tillit til þeirra upplýsingastefna sem komið hefur verið á fót í löndum og atvinnugreinum þar sem þau starfa og huga að sjónarmiðum og upplýsingakröfum hluthafa og annarra viðeigandi hagsmunaaðila. Fyrirtæki ættu að birta reglulegar, tímanlegar, áreiðanlegar, skýrar, heildstæðar, nákvæmar og sambærilegar upplýsingar með nægilega ítarlegum hætti um öll efnisatriði. Þessar upplýsingar skulu ná yfir allt fyrirtækið og, eftir því sem við á, starfssvið eða landsvæði. Upplýsingastefnur fyrirtækja ættu að vera sniðnar að eðli, stærð og staðsetningu fyrirtækis, að teknu tilhlýðilegu tilliti til kostnaðar, viðskiptaleyndar og annarra samkeppnistengdra þátta.

2. Upplýsingastefnur fyrirtækja ættu að innihalda, en takmarkast ekki við, mikilvægar upplýsingar um:

a) fjárhags- og rekstrarárangur fyrirtækis,

b) markmið fyrirtækja og sjálfbærnitengdar upplýsingar,

c) fjármagnsuppbyggingu, skipulag samstæðu og fyrirkomulag eftirlits,

d) helstu hlutabréfaeigendur þ.m.t. raunverulega eigendur og atkvæðisrétt,

e) upplýsingar um samsetningu stjórnar og stjórnarmenn, þ.m.t. staðfestingu á menntun og hæfi þeirra, valferli, aðrar stjórnunarstöður fyrirtækis og hvort sérhver stjórnarmaður teljist óháður stjórninni,

f) þóknun stjórnarmanna og helstu framkvæmdastjóra,

g) viðskipti tengdra aðila,

h) fyrirsjáanlega áhættuþætti,

i) eftirlits- og stjórnunarkerfi og -stefnur, að meðtöldu því hversu vel er farið að landsbundnum reglum eða stefnum um stjórnarhætti fyrirtækja og ferlinu sem fylgt er við innleiðingu þeirra og framkvæmd,

j) skuldasamninga, þ.m.t. hættuna á því að ekki sé staðið við samninga.

3. Einnig er mikilvægt að fyrirtæki miðli upplýsingum um ábyrga viðskiptahætti, m.a. sem hluta af ábyrgð sinni á því að gera áreiðanleikakönnun. Sumar af þessum upplýsingum kann einnig að vera að finna í 2. mgr. Upplýsingar um ábyrga viðskiptahætti geta falið í sér:

a) gildisyfirlýsingar eða yfirlýsingar um viðskiptahætti sem ætlaðar eru til opinberrar birtingar, að meðtöldum stefnum um ábyrga viðskiptahætti sem lýsa fylgni fyrirtækis við þær meginreglur og staðla sem er að finna í *viðmiðunarreglunum*, og áætlanir þess um innleiðingu og framkvæmd áreiðanleikakönnunar,

b) stefnur og aðrar hátternisreglur sem fyrirtækið samþykkir, samþykktardagur þeirra og löndin og aðilarnir sem slíkar yfirlýsingar gilda um,

c) upplýsingar um þær ráðstafanir sem gerðar voru til að fella stefnu um ábyrga viðskiptahætti inn í stjórnunar- og eftirlitseiningar fyrirtækis,

d) tilgreind svið fyrirtækis sem fylgja umtalsverð áhrif eða áhætta, neikvæð áhrif eða áhætta sem hefur verið tilgreind, forgangsraðað og metin, sem og viðmiðanir forgangsröðunar,

e) frammistöðu þess í tengslum við yfirlýsingar í a-lið 3. mgr. og reglurnar í b-lið, að meðtöldum þeim aðgerðum sem gerðar eru til að koma í veg fyrir eða milda áhættu eða áhrif sem tilgreind voru í c- og d-lið 3. mgr., þ.m.t., og þar sem hægt er, áætlaðar tímalínur og viðmiðanir um endurbætur og niðurstöður þeirra, þ.m.t. úrbætur fyrirtækis eða samstarf um hvers kyns úrbætur,

f) upplýsingar um innri endurskoðun, áhættustjórnun og kerfi um hlítni við lög,

g) upplýsingar um sambönd við starfsfólk og aðra hagsmunaaðila,

h) viðbótarupplýsingar í samræmi við tilmæli um upplýsingagjöf um ábyrga viðskiptahætti sem veittar eru í IV. og VI. kafla.

4. Fyrirtæki ættu að útbúa og birta upplýsingar í samræmi við alþjóðlega viðurkennda reikningsskila- og upplýsingagjafarstaðla og forðast að birta ófullnægjandi eða óljósar upplýsingar. Óháður, lögbær og hæfur endurskoðandi ætti að gera árlega ytri endurskoðun í samræmi við alþjóðlega viðurkennda endurskoðunar-, siðferðis- og óhæðisstaðla til að veita stjórn og hluthöfum fullnægjandi tryggingu fyrir að reikningsskil séu gerð, í öllum veigamiklum atriðum, í samræmi við gildandi ramma fyrir reikningsskil. Fyrirtæki geta leitað ytri staðfestingar á slíkum upplýsingum til að efla trúverðuleika upplýsinga um ábyrga viðskiptahætti.

Athugasemdir við III. kafla: Upplýsingagjöf

30. Tilgangur þessa kafla er að koma á gagnsæi og ábyrgðarskyldu í rekstrarumhverfi fjölþjóðlegra fyrirtækja. Skýrar og heildstæðar upplýsingar um fyrirtæki eru mikilvægar fyrir ýmsa notendur, allt frá hluthöfum, hugsanlegum fjárfestum og fjármálasamfélaginu til annarra hópa eins og launafólks, nærsamfélaga, hagsmunahópa, ríkja og samfélagsins í heild sinni. Til að auka skilning almennings á skipulagi og starfsemi fyrirtækja, fyrirtækjastefnu og frammistöðu þeirra með tilliti til umhverfis-, félags- og stjórnunarþátta, ættu fyrirtæki að vera gagnsæ í rekstri og bregðast við sífellt flóknari kröfum almennings um upplýsingar.

31. Fyrstu tilmælin um upplýsingagjöf eru sams konar og þær upplýsingar sem settar eru fram í *Meginreglum G20/OECD um stjórnarhætti fyrirtækja* [OECD/LEGAL/0413]. Tengdar skýringar við texta veita frekari leiðbeiningar og túlka ætti tilmælin í *viðmiðunarreglunum* í tengslum við þær. Fyrstu tilmælin um upplýsingagjöf beinast aðallega að félögum sem eru skráð í kauphöll og hvers kyns mikilvægum málum varðandi fyrirtækið. Mikilvægar upplýsingar má skilgreina sem upplýsingar sem reikna má með að væri þeim sleppt eða innihéldu skekkju hefði það áhrif á mat fjárfesta á verðmæti fyrirtækis. Þetta myndi yfirleitt taka til virðis, tímasetningar og vissu um framtíðarsjóðstreymi fyrirtækis. Einnig er hægt að skilgreina mikilvægar upplýsingar sem upplýsingar sem skynsamur fjárfestir myndi telja mikilvægar við ákvörðun um fjárfestingu eða atkvæðagreiðslu. Að því marki sem þessi tilmæli um upplýsingagjöf teljast eiga við í ljósi eðlis, stærðar og staðsetningar fyrirtækja, kunna þau einnig að vera gagnlegt tæki til að bæta stjórnarhætti í fyrirtækjum sem eru ekki á markaði, t.d. einkafyrirtækja eða ríkisfyrirtækja. Þessi tilmæli um upplýsingagjöf kalla á reglulegar, tímanlegar, áreiðanlegar, heildstæðar, nákvæmar og sambærilegar upplýsingar sem eru nægilega ítarlegar, um öll mikilvæg atriði sem varða fyrirtæki, þ.m.t. fjárhagsstöðu, frammistöðu, sjálfbærni, eignarhald og stjórnarhætti þess. Upplýsingar um þóknun stjórnar og framkvæmdastjórnar eru hluthöfum einnig áhyggjuefni, þ.m.t. tengslin á milli þóknunar og frammistöðu, sjálfbærni og viðnámsþróttar fyrirtækis til lengri tíma litið. Einnig er gert ráð fyrir að fyrirtæki birti tímanlegar upplýsingar, þ.m.t. efnislegar breytingar á starfskjarastefnum sem gilda um stjórnarmenn og helstu framkvæmdastjóra, sem og launastig eða fjárhæðir á stöðluðum og samanburðarhæfum grundvelli svo að fjárfestar geti lagt mat á kostnað og ávinning af launakjaraáætlunum og framlag slíkra hvatakerfa, eins og

hlutabréfavalrétta, til frammistöðu. Mikilvæg viðskipti tengdra aðila og fyrirsjáanlegir áhættuþættir eru viðeigandi viðbótarupplýsingar sem ætti að birta.

32. *Viðmiðunarreglurnar* innihalda önnur tilmæli um upplýsingagjöf um ábyrga viðskiptahætti, þ.m.t. raunveruleg eða hugsanleg neikvæð áhrif fyrirtækis á fólk, umhverfið og samfélagið og tengdar áreiðanleikakannanir, sem kunna að vera mikilvægar fyrir ákvarðanatöku fjárfestis og geta einnig skipt máli fyrir breiðari hóp hagsmunaaðila, að meðtöldu launafólki, fulltrúum launafólks, nærsamfélögum og borgaralegum samfélögum, meðal annars. Í tengslum við upplýsingagjöf geta áreiðanleikakannanir, eins og lýst er í 3. mgr., verið gagnleg leið fyrir fyrirtæki til að tryggja að þau séu í raun að greina og miðla viðeigandi upplýsingum um ábyrga viðskiptahætti á samræmdan og trúverðugan hátt, þ.m.t. upplýsingum sem kunna að vera mikilvægar. Þannig getur áreiðanleikakönnun stutt fyrirtæki við að greina verulega áhættu og áhrif og aukið mikilvægi, gæði og samanburðarhæfi upplýsingagjafar skv. bæði 2. og 3. mgr. Enn fremur geta áreiðanleikakannanir verið leið til að tryggja trúverðuga upplýsingagjöf um markmið fyrirtækis og skuldbindingar sem ekki er víst að auðgreinanlegar eða mælanlegar vörður séu fyrir. Nokkur lögsagnarumdæmi leyfa eða krefjast þess að tekið sé tillit til hagsmuna hagsmunaaðila og mörg fyrirtæki veita upplýsingar um víðtækara efni en fjárhagslega frammistöðu, þar sem þau geta sýnt fram á skuldbindingu við og frammistöðu í ábyrgum viðskiptaháttum á almennari hátt. Þessi önnur tegund upplýsingagjafar, eða samskipti við almenning og aðra aðila sem verða fyrir beinum áhrifum af starfsemi eða viðskiptasamböndum fyrirtækis, kann að lúta að fleiri aðilum en fjallað er um í reikningsskilum fyrirtækisins. Til dæmis getur hún einnig náð yfir upplýsingar um starfsemi undirverktaka, birgja, samstarfsaðila í samrekstri eða aðra sem fyrirtækið á í viðskiptasambandi við.

33. Upplýsingamengin tvö í 2. og 3. mgr. eru tengd innbyrðis og sumar upplýsingar kunna að vera viðeigandi fyrir þau bæði. Til þess að ákvarða hvaða upplýsingar eigi að birta skv. 2. mgr. nota *viðmiðunarreglurnar* hugtakið mikilvægi. Upplýsingar skv. 2. mgr., þ.m.t. í tengslum við ábyrga viðskiptahætti og áreiðanleikakönnun, geta einnig talist mikilvægar ef upplýsingar sem reikna má með að, væri þeim sleppt eða rangt með farið, hefði það áhrif á mat fjárfestis á verðmæti fyrirtækis, tímastillingu og vissu um framtíðarsjóðstreymi fyrirtækis eða fjárfestingu fjárfestis eða ákvarðanir varðandi atkvæðagreiðslu. Ákvörðun þess hvaða upplýsingar eru mikilvægar getur breyst frá einum tíma til annars eftir staðbundnu samhengi, sérstökum aðstæðum fyrirtækis og kröfum í lögsagnarumdæmi. Notendur fjárhagsupplýsinga og markaðsaðilar þurfa upplýsingar um verulega áhættu sem er fyrirsjáanleg með nokkurri vissu og geta innihaldið: áhættu sem er sértæk fyrir atvinnugreinina eða landsvæðin þar sem fyrirtæki starfar, hversu háð það er hrávöru og birgðakeðjum, áhættu á fjármálamarkaði að meðtalinni vaxta- eða gjaldmiðilsáhættu, áhættu sem tengist afleiðum og viðskiptum utan efnahagsreiknings, áhættu tengdri viðskiptaháttum, áhættu vegna stafræns öryggis, áhættu tengdri hlítni og sjálfbærniáhættu, einkum loftslagstengdri áhættu. Sum lögsagnarumdæmi kunna einnig að krefjast eða mæla með upplýsingagjöf um sjálfbærnimál sem eru mikilvæg fyrir vinnuafl og helstu hagsmunaaðila fyrirtækis eða áhrif fyrirtækis á áhættu sem ekki er hægt að dreifa.

34. Í tengslum við upplýsingar sem birtar eru skv. 3. mgr. getur áhætta og áhrif, sem kunna að virðast ekki fjárhagslega mikilvæg en hafa þýðingu fyrir fólk og jörðina, verið fyrirtæki fjárhagslega mikilvæg á einhverjum tímapunkti.

35. Tilmæli um upplýsingagjöf í þessum kafla og í gegnum allar viðmiðunarreglurnar ættu ekki að leggja óhóflega stjórnsýslu- eða kostnaðarbyrði á fyrirtæki. Ekki ætti heldur að ætlast til þess að fyrirtæki birti upplýsingar sem geta stofnað samkeppnisstöðu þeirra í hættu, nema upplýsingagjöfin sé nauðsynleg til að veita fjárfestum allar upplýsingar áður en ákvörðun er tekin og til að forðast að villa um fyrir þeim.

36. Upplýsingar skulu útbúnar og birtar í samræmi við alþjóðlega viðurkennda reikningsskila- og upplýsingagjafarstaðla. Óháður, lögbær og hæfur endurskoðandi ætti að gera árlega ytri endurskoðun í samræmi við alþjóðlega viðurkennda endurskoðunar-, siðferðis- og óhæðisstaðla til að veita fullnægjandi tryggingu þess að reikningar séu, í öllum veigamiklum atriðum, gerðir í samræmi við gildandi ramma fyrir reikningsskil.

37. Mörg fyrirtæki hafa gripið til ráðstafana sem ætlað er að hjálpa þeim að fara að lögum og stöðlum um viðskiptahætti og til að auka gagnsæi í starfsemi sinni. Vaxandi fjöldi fyrirtækja hefur gefið út valfrjálsar hátternisreglur fyrirtækja, sem eru framsetning á skuldbindingum við alþjóðlega staðla eða siðferðisleg gildi á sviðum eins og umhverfismálum, þ.m.t. loftslagsbreytingum, líffræðilegri fjölbreytni, mannréttindum, vinnustöðlum, neytendavernd eða skattlagningu. Sérhæfð stjórnunarkerfi hafa verið eða eru í þróun og halda áfram að þróast með það að markmiði að hjálpa þeim að standa við þessar skuldbindingar, sem felur í sér upplýsingakerfi, verklagsreglur og þjálfunarkröfur.

38. Fyrirtæki gætu þurft að tilkynna eftir víðtækari upplýsingagjafarstöðlum sem eftirlits- eða skráningaryfirvöld kveða á um og, þar sem það er í samræmi við laga- og birtingarkröfur, ættu að leitast við að samþykkja og laga að alþjóðlega bestu starfsvenjum og stöðlum um upplýsingagjöf sem eru í þróun, t.d. um loftslag og losun gróðurhúsalofttegunda. Fyrirtæki eru í samstarfi við frjáls félagasamtök og milliríkjastofnanir við að þróa upplýsingagjafarstaðla sem auka getu fyrirtækja til að miðla því hvaða áhrif starfsemi þeirra hefur á niðurstöður sjálfbærrar þróunar.

39. Fyrirtæki eru hvött til að miðla með forvirkum hætti viðeigandi upplýsingum um ábyrga viðskiptahætti, veita auðaðgengilegar, notendavænar, tímabærar, nákvæmar, skýrar og heildstæðar upplýsingar, veita hagkvæmt aðgengi að útgefnum upplýsingum og íhuga að nýta sér upplýsingatækni til að ná þessu markmiði. Upplýsingar sem eru gerðar aðgengilegar notendum á heimamörkuðum ættu einnig að vera aðgengilegar öllum áhugasömum notendum, með hliðsjón af aðgengi. Fyrirtæki ættu að leitast við að tryggja að upplýsingar séu settar fram á viðeigandi hátt fyrir ólíka markhópa og geta gert sérstakar ráðstafanir til að gera upplýsingar aðgengilegar þeim samfélögunum sem hafa ekki aðgang að net- eða prentmiðlum (t.d. afskekkt eða fátæk samfélög sem verða fyrir beinum áhrifum af starfsemi fyrirtækisins).

40. Endurskoðun sjálfstæðs, lögbærs og hæfs aðila á upplýsingum um ábyrga viðskiptahætti í samræmi við alþjóðlega viðurkennda staðfestingarstaðla getur staðfest og aukið traust á þeim upplýsingum sem birtar eru og stuðlað að meiri gæðum og sambærilegri skýrslugjöf.

IV. Mannréttindi

Ríkjum ber skylda til að vernda mannréttindi. Fyrirtæki ættu, innan ramma alþjóðlega viðurkenndra mannréttinda, alþjóðlegra mannréttindaskuldbindinga landanna þar sem þau starfa, sem og viðeigandi innlendra laga og reglugerða, að:

a) Virða mannréttindi, sem þýðir að þau ættu að forðast að brjóta á réttindum annarra og taka á neikvæðum áhrifum á mannréttindi sem þau eiga þátt í.

b) Í tengslum við eigin starfsemi, forðast að valda eða stuðla að neikvæðum áhrifum á mannréttindi og taka á slíkum áhrifum þegar þau koma upp.

c) Leita leiða til að koma í veg fyrir eða milda neikvæð áhrif á mannréttindi sem eru beintengd viðskiptastarfsemi þeirra, vörum eða þjónustu með viðskiptasambandi, jafnvel þótt þau stuðli ekki að þeim áhrifum.

d) Hafa aðgengilega öllum skuldbindingu um að fylgja stefnu um að virða mannréttindi.

e) Gera áreiðanleikakönnun á sviði mannréttinda eftir því sem við á miðað við stærð, eðli og samhengi starfseminnar og alvarleika hættu á neikvæðum áhrifum.

f) Kveða á um eða starfa saman í gegnum lögmæt ferli við úrbætur á neikvæðum áhrifum á mannréttindi þar sem þau greina að þau hafi valdið eða stuðlað að þessum áhrifum.

Athugasemdir við IV. kafla: Mannréttindi

41. Þessi kafli hefst á inngangi sem setur ramma um sértæk tilmæli varðandi virðingu fyrirtækja fyrir mannréttindum. Hann byggist á „Ramma Sameinuðu þjóðanna um verndun, virðingu og endurbætur á viðskiptum og mannréttindum“ og er í samræmi við leiðbeinandi meginreglur Sameinuðu þjóðanna um viðskipti og mannréttindi hvað varðar framkvæmd, sem og þríhliða stefnuyfirlýsingu Alþjóðavinnumálastofnunarinnar um fjölþjóðafyrirtæki og félagsmálastefnu.

42. Inngangurinn og fyrsta málsgreinin viðurkenna að ríkjum ber skylda til að vernda mannréttindi og að fyrirtæki skuli virða mannréttindi óháð því hvar þau starfa, án tillits til stærðar, atvinnugreinar, rekstrarumhverfis, eignarhalds og skipulags. Virðing fyrir mannréttindum er hinn alþjóðlegi staðall um tilætlaða háttsemi fyrirtækja, óháð getu og/eða vilja ríkja til að uppfylla mannréttindaskuldbindingar sínar, og dregur ekki úr þeim skuldbindingum.

43. Misbrestur ríkis á að annaðhvort framfylgja viðeigandi innlendum lögum eða innleiða alþjóðlegar mannréttindaskuldbindingar, eða sú staðreynd að það kann að starfa í andstöðu við slík lög eða alþjóðlegar skuldbindingar, dregur ekki úr væntingum um að fyrirtæki virði mannréttindi. Í löndum þar sem landslög og innlendar reglur stangast á við alþjóðlega viðurkennd mannréttindi ættu fyrirtæki að leita leiða til að virða þau að því marki sem þau brjóta ekki landslög, í samræmi við 2. mgr. kaflans um hugtök og meginreglur.

44. Í öllum tilfellum og án tillits til lands eða sérstakra aðstæðna fyrir rekstur fyrirtækja ætti a.m.k. að vísa til alþjóðlega viðurkenndra mannréttinda sem koma fram í alþjóðaréttarskránni, sem samanstendur af almennu mannréttindayfirlýsingunni og helstu gerningum sem hún hefur verið kerfisbundin með: Alþjóðasamningi um borgaraleg og stjórnmálaleg réttindi og Alþjóðasamningi um efnahagsleg, félagsleg

og menningarleg réttindi og meginreglur um grundvallarréttindi sem settar voru fram í yfirlýsingu Alþjóðavinnumálastofnunarinnar um grundvallarviðmið og réttindi við vinnu.

45. Fyrirtæki geta haft áhrif á nánast allt svið alþjóðlega viðurkenndra mannréttinda. Í reynd kunna sum mannréttindi að vera í meiri hættu á að verða fyrir neikvæðum áhrifum en önnur í tilteknum atvinnugreinum eða aðstæðum og því verður þeim gefinn meiri gaumur en öðrum. Hins vegar geta aðstæður breyst svo að endurskoða ætti öll réttindi með reglubundnum hætti. Fyrirtæki gætu þurft að íhuga viðbótarstaðla, en það fer eftir aðstæðum hverju sinni. Til dæmis ættu fyrirtæki að virða mannréttindi einstaklinga sem tilheyra tilteknum hópum sem veita þarf sérstaka athygli, þar sem þau geta haft neikvæð áhrif á mannréttindi þeirra. Fyrirtæki ættu að gefa sérstakan gaum að hvers kyns sérstökum neikvæðum áhrifum á einstaklinga, t.d. á þá sem standa vörð um mannréttindi, sem geta verið í aukinni hættu vegna jaðarsetningar, varnarleysis eða annarra aðstæðna, hver fyrir sig eða sem meðlimir tiltekinna hópa, þ.m.t. frumbyggja. Leiðbeiningar Efnahags- og framfarastofnunarinnar um áreiðanleikakannanir. þ.m.t. leiðbeiningar hennar um áreiðanleikakönnun um ábyrga viðskiptahætti, leiðbeiningar Efnahags- og framfarastofnunarinnar um þýðingarmikið samstarf við hagsmunaaðila í námuiðnaði og leiðbeiningar Efnahags- og framfarastofnunarinnar og Matvæla- og landbúnaðarstofnunar Sameinuðu þjóðanna um ábyrga aðfangakeðju í landbúnaði, veita nánari hagnýtar leiðbeiningar hvað þetta varðar, þ.m.t. í tengslum við frjálst fyrirframgefið og upplýst samþykki. Í gerningum Sameinuðu þjóðanna eru réttindi frumbyggja (yfirlýsing Sameinuðu þjóðanna um réttindi frumbyggja), einstaklinga sem tilheyra þjóðernislegum, trúarlegum eða tungumálalegum minnihluta, kvenna, barna, einstaklinga með fötlun og farandstarfsmanna og fjölskyldna þeirra nánar útfærð. Þar að auki ættu fyrirtæki að virða staðla alþjóðlegra mannúðarlaga í aðstæðum þar sem vopnuð átök eru. Þegar um vopnuð átök eða aukna hættu á grófri misnotkun er að ræða ættu fyrirtæki að framkvæma aukna áreiðanleikakönnun í tengslum við neikvæð áhrif, þ.m.t. brot á alþjóðlegum mannúðarlögum.

46. Í 1. mgr. felst það að taka á raunverulegum og hugsanlegum neikvæðum mannréttindaáhrifum í því að gera fullnægjandi ráðstafanir til að bera kennsl á, koma í veg fyrir, þar sem hægt er, og draga úr hugsanlegum mannréttindaáhrifum, bæta úr raunverulegum áhrifum og gera grein fyrir því hvernig tekið er á neikvæðum áhrifum á mannréttindi. Hugtakið „brjóta í bága við" vísar til neikvæðra áhrifa sem fyrirtæki kann að hafa á mannréttindi einstaklinga.

47. Í 2. mgr. er mælt með að fyrirtæki forðist að valda eða stuðla að neikvæðum áhrifum á mannréttindi með starfsemi sinni og taki á slíkum áhrifum þegar þau eiga sér stað. „Starfsemi" getur verið bæði aðgerðir og aðgerðaleysi. Ef fyrirtæki veldur eða getur valdið neikvæðum áhrifum á mannréttindi ætti það að gera nauðsynlegar ráðstafanir til að stöðva eða koma í veg fyrir áhrifin. Ef fyrirtæki stuðlar að eða getur stuðlað að slíkum áhrifum ætti það að gera nauðsynlegar ráðstafanir til að stöðva eða koma í veg fyrir framlag sitt og nota áhrifamátt sinn til að draga úr öllum eftirstandandi áhrifum eins og kostur er. Áhrifamáttur telst vera til staðar ef fyrirtæki hefur getu til að koma á breytingum á starfsháttum aðila sem veldur neikvæðum áhrifum á mannréttindi.

48. Í 3. mgr. er fjallað um flóknari aðstæður þar sem fyrirtæki hefur ekki stuðlað að neikvæðum áhrifum, en þau neikvæðu áhrif eru engu að síður beintengd rekstri þess, vörum eða þjónustu með viðskiptasambandi við annan aðila. Texta 3. mgr. er ekki ætlað að færa ábyrgð af aðilanum sem veldur neikvæðum áhrifum á mannréttindi yfir á fyrirtækið sem viðkomandi á í viðskiptasambandi við. Uppfylling þeirra væntinga sem 3. mgr. lýsir myndi fela í sér að fyrirtæki sem starfar sjálfstætt eða í samstarfi við aðra aðila, eins og við á, noti og auki áhrifamátt sinn til að hafa áhrif á aðilann sem veldur neikvæðum áhrifum á mannréttindi til að koma í veg fyrir eða milda þau áhrif, ef þörf krefur. „Viðskiptasambönd" fela í sér tengsl við viðskiptafélaga, aðila í aðfangakeðjunni og hvers kyns aðra aðila í eigu ríkisins eða ekki, sem eru beintengdir rekstri, vörum eða þjónustu fyrirtækis. Meðal þeirra þátta sem hafa áhrif á ákvörðun viðeigandi aðgerða í slíkum aðstæðum eru áhrifamáttur fyrirtækis á viðkomandi aðila, hversu mikilvæg tengslin eru fyrirtækinu, alvarleiki áhrifanna og hvort það myndi hafa neikvæð áhrif á mannréttindi að slíta viðskiptasambandi við aðilann sjálfan.

49. Í 4. mgr. er mælt með að fyrirtæki sýni að þau standa við skuldbindingar sínar um að virða mannréttindi með opinberri yfirlýsingu um stefnu sem: *i)* er samþykkt á æðsta stigi fyrirtækisins, *ii)* er grundvölluð á viðeigandi sérfræðiþekkingu innan- og/eða utanhúss, *iii)* kveður á um mannréttindavæntingar fyrirtækisins til starfsfólks, viðskiptafélaga og annarra aðila sem eru beintengdir rekstri, vörum og þjónustu þess, *iv)* er miðlað innanhúss og utanhúss til alls starfsfólks, viðskiptafélaga og annarra viðeigandi aðila, *v)* endurspeglast í rekstrarstefnum og verklagsreglum sem eru nauðsynlegar til að festa hana í sessi í fyrirtækinu.

50. Í 5. mgr. er mælt með því að fyrirtæki geri áreiðanleikakönnun á sviði mannréttinda. Ferlið felur í sér mat á raunverulegum og hugsanlegum áhrifum á mannréttindi, samþættingu og viðbrögð við niðurstöðum, rakningu á viðbrögðum sem og miðlun á því hvernig brugðist er við áhrifunum. Áreiðanleikakönnun á sviði mannréttinda getur falist í víðtækari áhættustýringarkerfum fyrirtækja, að því tilskildu hún gangi lengra en að bera einfaldlega kennsl á og stýra efnislegri áhættu fyrirtækisins og nái yfir áhættu fyrir rétthafa. Þetta er áframhaldandi aðgerð sem viðurkennir að áhætta á sviði mannréttinda getur breyst með tímanum, eftir því sem rekstur og rekstrarumhverfi fyrirtækis þróast. Viðbótarleiðbeiningar um áreiðanleikakönnun, þ.m.t. í tengslum við aðfangakeðjur, og viðeigandi viðbrögð við áhættu sem myndast í aðfangakeðjum er að finna í málsgreinum A.11– A.13 í kaflanum um almennar stefnur og athugasemdir við þær. Að auki hafa frekari leiðbeiningar verið settar saman fyrir tiltekna geira og áhættu, sem og á þverfaglegu stigi í gegnum leiðbeiningar Efnahags- og framfarastofnunarinnar um áreiðanleikakönnun um ábyrga viðskiptahætti. Framkvæmd áreiðanleikakönnunar á sviði mannréttinda getur falið í sér að taka tillit til sérstakrar áhættu og áhættu sem skarast, þ.m.t. hættur í tengslum við séreinkenni eða jaðarhópa. Þýðingarmikið samstarf við hagsmunaaðila er mikilvægt hvað þetta varðar og einnig gæti verið viðeigandi að skoða leiðir til að hámarka niðurstöður sjálfbærrar þróunar hvað varðar slíka hópa.

51. Ef fyrirtæki greina að þau hafi, með áreiðanleikakönnun á sviði mannréttinda eða eftir öðrum leiðum, valdið eða stuðlað að neikvæðum áhrifum mæla *viðmiðunarreglurnar* með því að fyrirtæki kveði á um eða taki þátt í úrbótum þar á með lögmætum ferlum. Fyrirtæki ættu að koma á fót eða taka þátt í ferlum til að gera úrbætur. Sumar aðstæður krefjast samvinnu við dómsvaldið eða fyrirkomulag utan dómstóla á vegum ríkisins. Í öðrum aðstæðum geta kvörtunarkerfi á rekstrarstigi fyrir þá sem verða hugsanlega fyrir áhrifum af starfsemi fyrirtækis verið áhrifarík leið til að bjóða upp á slík ferli þegar þau uppfylla kjarnaviðmiðanir um: lögmæti, aðgengileika, fyrirsjáanleika, jafnræði, samhæfi við *viðmiðunarreglurnar,* gagnsæi, samhæfi við réttindi, að þau séu grundvöllur viðvarandi lærdóms og byggist á samtali og þátttöku í því skyni að leita samþykktra lausna. Slík kerfi geta verið undir stjórn sjálfstæðs fyrirtækis eða í samstarfi við aðra hagsmunaaðila og geta verið grundvöllur viðvarandi lærdóms. Ekki ætti að nota kvörtunarkerfi á rekstrarstigi til að grafa undan hlutverki verkalýðsfélaga við að leysa vinnutengdar deilur, né ættu slík kerfi að koma í veg fyrir aðgengi að kvörtunarkerfum á dómsstigi eða utan dómstóla, þ.m.t. landstengiliðanna samkvæmt *viðmiðunarreglunum*.

V. Ráðningar og samskipti aðila vinnumarkaðarins

Fyrirtæki ættu, innan ramma gildandi laga, reglugerða og ríkjandi tengsla milli aðila vinnumarkaðarins og starfsmannamála og gildandi alþjóðlegra reglna á sviði vinnumála, um leið og þau forðast hvers kyns ólögmætar ráðningar og ólögmæt samskipti aðila vinnumarkaðarins, og í samræmi við þær væntingar um áreiðanleikakönnun sem er lýst í II. og IV. kafla, að:

1.

a) Virða rétt launafólks til að stofna eða ganga í stéttarfélög, og samtök sem fara með fyrirsvar, að eigin vali, þ.m.t. með því að forðast að hafa áhrif á eigið val launafólks um að stofna eða ganga í stéttarfélag eða samtök sem fara með fyrirsvar.

b) Virða rétt launafólks til að fá stéttarfélög og samtök sem fara með fyrirsvar að eigin vali viðurkennd vegna kjarasamninga og taka þátt í uppbyggilegum samningaviðræðum, annaðhvort hvert fyrir sig eða í gegnum samtök vinnuveitenda, við slíka fulltrúa í því skyni að ná samningum um ráðningarskilmála og -skilyrði.

c) Stuðla að skilvirku afnámi barnavinnu og gera tafarlausar og árangursríkar ráðstafanir til að tryggja afnám barnavinnu í sinni verstu mynd sem fyrst.

d) Stuðla að afnámi hvers kyns nauðungarvinnu og gera tafarlausar og árangursríkar ráðstafanir til að afnema nauðungarvinnu sem fyrst.

e) Hafa meginregluna um jöfn tækifæri og jafna meðferð í starfi að leiðarljósi í ráðningum sínum og mismuna starfsfólki sínu ekki varðandi störf eða starfsgreinar á grundvelli kynþáttar, litarháttar, kyns, aldurs, trúarbragða, stjórnmálaskoðana, þjóðernisuppruna eða félagslegs uppruna, fatlaðs fólks eða fólks með aðra stöðu, nema valið, að því er varðar eiginleika starfsmanns, sé í samræmi við viðurkenndar stefnur stjórnvalda sem stuðla sérstaklega að meira jafnræði í starfstækifærum eða tengjast innbyggðum kröfum starfs.

f) Veita öruggt og heilbrigt vinnuumhverfi í samræmi við yfirlýsingu Alþjóðavinnumálastofnunarinnar um grundvallarviðmið og réttindi við vinnu.

2.

a) Útvega fulltrúum launafólks þá aðstöðu sem kann að vera nauðsynleg til að aðstoða við þróun skilvirkra kjarasamninga.

b) Veita fulltrúum launafólks upplýsingar tímanlega, sem eru nauðsynlegar til að hægt sé að semja um ráðningarskilmála.

c) Veita launafólki og fulltrúum þeirra upplýsingar sem gera þeim kleift að fá glögga mynd af frammistöðu aðila eða, eftir því sem við á, fyrirtækisins í heild sinni.

3. Stuðla að samráði og samvinnu milli vinnuveitenda og launafólks og fulltrúa þeirra með lögmætum ferlum, stofnunum eða fyrirkomulagi um mál sem varða báða aðila.

4.

a) Fylgja reglum um ráðningar, samningsbundnu fyrirkomulagi og samskiptum aðila vinnumarkaðarins í starfsemi sinni.

a) Þegar fjölþjóðleg fyrirtæki starfa í öðrum löndum, ættu laun, kjör og starfsskilyrði sem boðin eru í starfsemi þeirra ekki að vera óhagstæðari fyrir launafólk en þau sem sambærilegir vinnuveitendur í gistilandinu bjóða. Ef sambærilegir vinnuveitendur eru ekki til staðar ættu fyrirtæki að veita bestu mögulegu laun, kjör og starfsskilyrði innan stefnuramma stjórnvalda og gildandi alþjóðlegra staðla. Þetta ætti að tengjast efnahagslegri stöðu fyrirtækis en ætti að minnsta kosti að vera fullnægjandi til að uppfylla grunnþarfir launafólks og fjölskyldna þeirra.

b) Viðhalda ströngustu stöðlum um öryggi og heilbrigði á vinnustað.

5. Ráða starfsfólk og veita þjálfun í rekstri sínum, eftir því sem við verður komið, í því skyni að bæta færni, í samvinnu við fulltrúa starfsmanna og, eftir því sem við á, viðeigandi stjórnvöld.

6. Þegar tekið er tillit til breytinga á rekstri þeirra sem myndu hafa meiriháttar áhrif á störf, einkum þegar um er að ræða lokun einingar sem felur í sér fjöldauppsagnir, veita fulltrúum viðkomandi starfsfólks og skipulagsheildum þeirra hæfilegan fyrirvara og, eftir því sem við á, viðkomandi stjórnvöldum og vinna með fulltrúum starfsmanna og viðeigandi stjórnvöldum að því að milda neikvæð áhrif af slíkum breytingum að því marki sem hægt er. Í ljósi sérstakra aðstæðna í hverju tilfelli fyrir sig væri rétt að stjórnendur gætu gefið slíkan fyrirvara áður en endanleg ákvörðun er tekin. Einnig er hægt að nota aðrar leiðir til starfa saman á árangursríkan hátt til að milda áhrifin af slíkum ákvörðunum.

7. Í tengslum við samningaviðræður í góðri trú við fulltrúa launafólks um ráðningarskilmála eða þegar launafólk nýtir sér rétt sinn til félagafrelsis, hvorki hóta að flytja alla eða hluta starfseiningar úr viðkomandi landi né flytja launafólk úr einingarhlutum fyrirtækis í öðrum löndum til að hafa óréttmæt áhrif á samningaviðræðurnar eða hindra að launafólk noti rétt sinn til félagafrelsis eða rétt sinn til að gera kjarasamninga.

8. Gera viðurkenndum fulltrúum launafólks kleift að semja um kjarasamninga eða samskipti vinnuafls og stjórnenda í starfi sínu og leyfa aðilum að eiga samráð um mál sem varða báða aðila við fulltrúa stjórnenda sem hafa heimild til þess að taka ákvarðanir um þau mál.

Athugasemdir við V. kafla: Ráðningar og samskipti aðila vinnumarkaðarins

52. Þessi kafli hefst á inngangi sem felur í sér tilvísun í „gildandi“ lög og reglugerðir, sem er ætlað að viðurkenna þá staðreynd að fjölþjóðleg fyrirtæki sem starfa í lögsögu tiltekinna landa kunna að falla undir innlendar og alþjóðlegar reglugerðir um ráðningar og samskipti aðila vinnumarkaðarins. Hugtökin „ríkjandi tengsl milli aðila vinnumarkaðarins“ og „starfsmannamál“ eru nægilega víðtæk til að leyfa margvíslega túlkun í ljósi mismunandi aðstæðna á landsvísu, t.d. ólíka samningakosti sem standa launafólki til boða samkvæmt landslögum og innlendum reglugerðum.

53. Alþjóðavinnumálastofnunin er þar til bær stofnun til að setja og fjalla um alþjóðlegar reglur á sviði vinnumála og stuðla að grundvallarréttindum á vinnustað, eins og viðurkennt er í yfirlýsingu hennar um grundvallarviðmið og réttindi við vinnu. *Viðmiðunarreglurnar* eru ekki er bindandi en hafa hlutverki að gegna við að stuðla að því að þessum stöðlum og meginreglum sé fylgt meðal fjölþjóðlegra fyrirtækja. Ákvæði kaflans *Viðmiðunarreglur* endurspegla viðeigandi ákvæði yfirlýsingarinnar, sem og þríhliða stefnuyfirlýsingu Alþjóðavinnumálastofnunarinnar um fjölþjóðafyrirtæki og félagsmálastefnu. Í þríhliða stefnuyfirlýsingu Alþjóðavinnumálastofnunarinnar um fjölþjóðafyrirtæki og félagsmálastefnu eru settar fram meginreglur á sviði atvinnumála, þjálfunar, vinnuaðstæðna og samskipta aðila vinnumarkaðarins, en *viðmiðunarreglur* Efnahags- og framfarastofnunarinnar ná yfir alla helstu þætti í hegðun fyrirtækja. *Viðmiðunarreglur* Efnahags- og framfarastofnunarinnar og þríhliða stefnuyfirlýsing

Alþjóðavinnumálastofnunarinnar um fjölþjóðafyrirtæki og félagsmálastefnu vísa til þess hátternis sem búist er við af fyrirtækjum og er ætlað að vera samhliða og ekki að stangast á. Þríhliða stefnuyfirlýsing Alþjóðavinnumálastofnunarinnar um fjölþjóðafyrirtæki og félagsmálastefnu getur því verið gagnleg til að öðlast skilning á *viðmiðunarreglunum* að því marki sem hún er útfærð í meiri smáatriðum. Hins vegar er ábyrgðin á eftirfylgni samkvæmt þríhliða stefnuyfirlýsingu Alþjóðavinnumálastofnunarinnar um fjölþjóðafyrirtæki og félagsmálastefnu og viðmiðunarreglunum aðskilin eftir stofnunum.

54. Hugtökin sem eru notuð í V. kafla eru í samræmi við þau sem eru notuð í þríhliða stefnuyfirlýsingunni. Það er viðurkennt að ef ráðningarsamband er ekki fyrir hendi er samt sem áður ætlast til þess að fyrirtæki starfi í samræmi við tilmæli um áhættumiðaða áreiðanleikakönnun og aðfangakeðju í mgr. A.11–A.14 í II. kafla um almennar stefnur. Þetta á sérstaklega við á sviðum þar sem óformlegheit, vinnutilhögun til skemmri tíma, skortur á mannsæmandi störfum og stafræn umbreyting kann að vera algengari.

55. Þessi tilmæli skarast ekki við sönn borgaraleg sambönd og viðskiptasambönd, heldur er leitast við að tryggja að einstaklingar í ráðningarsambandi hafi þá vernd sem þeim ber í tengslum við viðmiðunarreglurnar.

56. Ákvæði 1. mgr. þessa kafla er ætlað að endurspegla allar grundvallarreglur og réttindi við vinnu sem felast í yfirlýsingu Alþjóðavinnumálastofnunarinnar um grundvallarviðmið og réttindi við vinnu, nánar tiltekið félagafrelsi og rétt til almennra kjarasamninga, skilvirkt afnám barnavinnu, afnám nauðungarvinnu í hvaða mynd sem er, bann við mismunun í atvinnu og starfi, og stuðla að öruggu og heilbrigðu vinnuumhverfi. Þessar meginreglur og réttindi hafa verið þróuð á formi sérstakra réttinda og skyldna í samþykktum Alþjóðavinnumálastofnunarinnar sem viðurkenndar eru sem grundvallarreglur.

57. Í c-lið 1. mgr. er mælt með að fjölþjóðleg fyrirtæki leggi sitt af mörkum til skilvirks afnáms barnavinnu í skilningi yfirlýsingar Alþjóðavinnumálastofnunarinnar um grundvallarviðmið og réttindi við vinnu. Langvarandi gerningar Alþjóðavinnumálastofnunarinnar í tengslum við barnavinnu eru 138. samþykkt og 146. tilmæli (bæði samþykkt árið 1973), um lágmarksaldur til atvinnu og 182. samþykkt Alþjóðavinnumálastofnunarinnar og 190. tilmæli um verstu myndir barnavinnu. Með vinnustjórnunaraðferðum sínum, sköpun hágæða, vellaunaðra, mannsæmandi starfa og framlagi sínu til hagvaxtar geta fjölþjóðleg fyrirtæki gegnt jákvæðu hlutverki við að taka á undirliggjandi orsökum fátæktar almennt séð og sérstaklega barnavinnu. Mikilvægt er að viðurkenna og ýta undir hlutverk fjölþjóðlegra fyrirtækja við að leggja sitt af mörkum til að leita varanlegrar lausnar á barnavinnuvandamálinu. Að því er þetta varðar er hækkun menntunarstaðla barna sem búa í gistilöndunum einkum eftirtektarverð.

58. Í d-lið 1. mgr. er mælt með því að fyrirtæki leggi sitt af mörkum til afnáms nauðungarvinnu í hvaða mynd sem er, en það er önnur meginregla sem á rætur að rekja til yfirlýsingar Alþjóðavinnumálastofnunarinnar um grundvallarviðmið og réttindi við vinnu, og er það viðurkennt sem mannréttindin að vera laus við nauðungarvinnu í alþjóðasamningnum um borgaraleg og stjórnmálaleg réttindi. Tilvísunin í þessi grundvallarvinnuréttindi byggist á 29. samþykkt Alþjóðavinnumálastofnunarinnar frá 1930 og bókun hennar frá 2014 og 105. samþykkt frá 1957. Í 29. samþykktinni er skorað á ríki að „stöðva nauðungarvinnu í hvaða mynd sem er eins fljótt og mögulegt er", en í 105. samþykktinni er skorað á ríki að „stöðva og nota ekki nauðungarvinnu í neinni mynd" í sérstökum, nákvæmlega tilgreindum tilgangi (t.d. sem leið til pólitískrar þvingunar eða vinnuaga) og að „gera árangursríkar ráðstafanir til þess að tryggja tafarlaust og algjört afnám [hennar]". Jafnframt er litið svo á að Alþjóðavinnumálastofnunin sé þar til bær stofnun til að taka á hinu erfiða máli sem fangelsisvinna er, einkum þegar kemur að framráðningu fanga til (eða að þeir séu tiltækir fyrir) einstaklinga, fyrirtækja eða samtaka. Fyrirtæki ættu að gera nauðsynlegar ráðstafanir til að koma í veg fyrir mansal, þ.m.t. til nauðungarvinnu, og taka á þvingunarúrræðum, þ.m.t. skuldaánauð. Fyrirtæki ættu að bregðast við vísbendingum sem settar eru fram í Vísbendingum Alþjóðavinnumálastofnunarinnar um nauðungarvinnu og efla gagnsæi aðgerða sem notaðar eru til að takast á við hættu á nauðungarvinnu í tengslum við rekstur, vörur og þjónustu sína.

59. Tilvísunin í meginregluna um bann við mismunun að því er varðar atvinnu og starf í e-lið 1. mgr. telst eiga við um slíka skilmála og skilyrði sem ráðningar, starfsúthlutun, brottrekstur, laun og starfskjör, stöðuhækkun, flutning í starfi eða milli starfsstöðva, þjálfun og starfslok. Á listanum yfir óleyfilegar ástæður fyrir mismunun, sem er úr samþykkt Alþjóðavinnumálastofnunarinnar nr. 111 um misrétti með tilliti til atvinnu eða starfs, samþykkt Alþjóðavinnumálastofnunarinnar nr. 100, samþykkt nr. 183 um mæðravernd, samþykkt nr. 159 um atvinnumál fatlaðs fólks, tilmæli nr. 162 um eldra launafólk og tilmæli nr. 200 um. HIV-veiruna og alnæmi á vinnustað, er talið að hvers kyns aðgreining, undanþága eða val á þessum forsendum brjóti í bága við samþykktirnar, tilmælin og reglurnar. Hugtakið „önnur staða" að því er viðmiðunarreglurnar varðar vísar til starfsemi stéttarfélaga og persónulegra einkenna eins og aldurs, fötlunar, kyns, meðgöngu, hjúskaparstöðu, kynhneigðar eða HIV-smits. Í samræmi við ákvæði í e-liðar 1. mgr. er þess vænst að fyrirtæki stuðli að jöfnum tækifærum fyrir alla, með sérstakri áherslu á jöfn viðmið fyrir val, launagreiðslur, þjálfun og framgöngu í starfi, og jafna beitingu viðmiðanna, og komi í veg fyrir mismunun eða uppsagnir á grundvelli hjúskapar, meðgöngu eða þess starfsfólks sem er með fjölskylduábyrgð. Samþykkt Alþjóðavinnumálastofnunarinnar nr. 190 um ofbeldi og áreitni skiptir máli hvað þetta varðar.

60. Í f-lið 1. mgr. er mælt með því að öll fyrirtæki veiti öruggt og heilbrigt vinnuumhverfi, þ.m.t. með því að koma í veg fyrir slys og heilsutjón sem stafar af, tengist eða á sér stað við vinnu, með því að lágmarka, að því leyti sem raunhæft er, orsakir hættu sem er að finna í vinnuumhverfinu.

61. Í c-lið 2. mgr. í þessum kafla er þess vænst að upplýsingar sem fyrirtæki veita launafólki sínu og fulltrúum þeirra veiti „glögga mynd" af frammistöðu þeirra. Hún tengist eftirfarandi: skipulagi fyrirtækis, efnahagslegri og fjárhagslegri stöðu og horfum þess, neikvæðum áhrifum þess á umhverfisheilbrigði og -öryggi, þróun í atvinnumálum, og væntanlegum verulegum breytingum á rekstri, að teknu tilliti til lögmætra krafna um viðskiptaleynd. Trúnaðarkvöð um viðskiptaleynd getur leitt til þess að ekki er heimilt að veita upplýsingar um tiltekin atriði eða að upplýsingarnar séu ekki veittar án öryggisráðstafana.

62. Vísunin í samráðsform fyrir þátttöku launafólks í 3. mgr. kaflans er tekin úr tilmælum Alþjóðavinnumálastofnunarinnar nr. 94 varðandi samráð og samvinnu milli vinnuveitenda og launafólks á stigi fyrirtækis. Hún er einnig í samræmi við ákvæði sem er að finna í þríhliða stefnuyfirlýsingu Alþjóðavinnumálastofnunarinnar um fjölþjóðafyrirtæki og félagsmálastefnu. Slíkt samráðsfyrirkomulag ætti ekki að koma í staðinn fyrir rétt launafólks til að semja um skilmála og skilyrði starfs. Tilmæli um samráðsfyrirkomulag að því er tekur til vinnutilhögunar eru einnig hluti af 8. mgr.

63. Í 4. mgr. er litið svo á að staðlar um atvinnumál og samskipti aðila vinnumarkaðarins taki til endurgjalds og vinnutímatilhögunar. Vísunin í heilbrigði og öryggi starfsfólks gefur til kynna að ætlast sé til þess að fjölþjóðleg fyrirtæki fylgi ríkjandi eftirlitsstöðlum og venjum til að lágmarka hættu á slysum og heilsutjóni sem stafar af, tengist eða á sér stað við vinnu. Þetta hvetur fyrirtæki til að vinna að því að hækka frammistöðustig með tilliti til heilbrigðis og öryggi starfsfólks á öllum sviðum reksturs, jafnvel þó þess sé ekki formlega krafist samkvæmt gildandi reglugerðum í löndum þar sem þau starfa. Hún hvetur fyrirtæki einnig til þess að virða getu launafólks til að ganga út úr vinnuaðstæðum þegar eðlilegt má telja að þær skapi alvarlega og bráða ógnun við heilbrigði eða öryggi. Vandamál í tengslum við heilbrigði og öryggi og fyllingar meðal tengdra tilmæla endurspegla mikilvægi þeirra og eru endurtekin annars staðar í viðmiðunarreglunum, einkum í köflunum um hagsmuni neytenda og umhverfismál. Tilmæli Alþjóðavinnumálastofnunarinnar nr. 194 um lista yfir atvinnusjúkdóma veita leiðbeinandi skrá yfir atvinnusjúkdóma, sem og reglur um starfsvenjur og leiðbeiningar sem fyrirtæki geta tekið með í reikninginn við innleiðingu þessara tilmæla úr viðmiðunarreglunum. Nánari leiðbeiningar fyrir fyrirtæki um heilbrigði og öryggi starfsfólks er að finna í IV. hluta (Aðgerðir á stigi fyrirtækis) í samþykkt Alþjóðavinnumálastofnunarinnar nr. 155 um öryggi og heilbrigði á vinnustað og Viðmiðunarreglum um kerfi til að stjórna öryggi og heilbrigði á vinnustað.

64. Tilmælin í 5. mgr. kaflans hvetja fjölþjóðleg fyrirtæki til að ráða nægilegan hluta starfsfólks á staðnum, þ.m.t. stjórnendur, og til að veita þeim þjálfun. Viðbótarþjálfun og endurþjálfun ætti að gera ráð

fyrir framtíðarbreytingum á rekstri og þörfum vinnuveitenda, þ.m.t. hjá þeim sem bregðast við samfélagslegum, umhverfistæknilegum breytingum, áhættu og tækifærum sem eru tengd sjálfvirkni, stafvæðingu, réttlátum umskiptum og sjálfbærni. Tungumálið í þessari málsgrein um þjálfun og færnistig er viðbót við textann í málsgrein A.4 í kaflanum Almennar stefnur um hvatningu til mannauðsmyndunar. Vísun í staðbundið launafólk er viðbót við textann sem hvetur til staðbundinnar uppbyggingar á getu í málsgrein A.3 í kaflanum Almennar stefnur. Í samræmi við tilmæli Alþjóðavinnumálastofnunarinnar nr. 195 um mannauðsþróun eru fyrirtæki einnig hvött til að fjárfesta, eftir því sem við verður komið, í þjálfun og símenntun um leið og þau tryggja jöfn tækifæri til þjálfunar fyrir konur og aðra viðkvæma hópa, eins og ungmenni, fólk með litla færni, fatlað fólk, farandfólk, eldra launafólk og frumbyggja.

65. Fyrirtæki gegna mikilvægu hlutverki við að stuðla að og skapa mannsæmandi störf. Í 6. mgr. er mælt með því að fyrirtæki veiti fulltrúum launafólks og hlutaðeigandi opinberum yfirvöldum hæfilegan fyrirvara um breytingar á rekstri sem myndu hafa mikil áhrif á lífsviðurværi starfsfólks þeirra, einkum varðandi lokun einingar eða aukna sjálfvirkni eða uppsagnir í stórum stíl. Eins og þar segir er tilgangur þessa ákvæðis að gefa tækifæri til samstarfs til að milda áhrifin af slíkum breytingum. Þetta er mikilvæg meginregla sem endurspeglast víða í lögum um samskipti aðila vinnumarkaðarins og aðferðum þátttökuríkja, þó að þær aðferðir sem er beitt til að tryggja tækifæri til þýðingarmikils samstarfs séu ekki þær sömu í öllum þátttökuríkjum. Í málsgreininni er einnig tekið fram að rétt væri að stjórnendur gætu, í ljósi sérstakra aðstæðna, veitt slíkan fyrirvara áður en endanleg ákvörðun er tekin. Reyndar er fyrirvari áður en endanleg ákvörðun er tekin sérkenni laga um samskipti aðila vinnumarkaðarins og aðferða í fjölda þátttökulanda. Hins vegar er hann er ekki eina leiðin til að tryggja tækifæri til þýðingarmikils samstarfs til að milda áhrif af slíkum ákvörðunum og lög og aðferðir annarra þátttökuríkja kveða á um aðrar leiðir, eins og skilgreind tímabil þegar hafa verður samráð áður en ákvarðanir koma til framkvæmda.

VI. Umhverfismál

Fyrirtæki gegna lykilhlutverki í að efla sjálfbær hagkerfi og geta stuðlað að skilvirkum og áframhaldandi viðbrögðum við hnattrænum, svæðisbundnum og staðbundnum áskorunum í umhverfismálum, að meðtalinni bráðri ógn af loftslagsbreytingum. Innan ramma laga, reglugerða og stjórnsýsluframkvæmda þeirra landa þar sem þau starfa og með hliðsjón af viðeigandi millirríkjasamningum, meginreglum, markmiðum og stöðlum ættu fyrirtæki að haga starfsemi sinni á þann hátt sem tekur tilhlýðilegt tillit til nauðsynjar þess að vernda betur umhverfið og um leið launafólk, nærsamfélög og samfélagið almennt og forðast og bregst við neikvæðum umhverfisáhrifum og stuðlar að víðtækara markmiði um sjálfbæra þróun. Fyrirtæki geta verið hluti af ýmislegum neikvæðum umhverfisáhrifum. Þetta eru m.a.:

a) loftslagsbreytingar,

b) tap á líffræðileg fjölbreytni,

c) hnignun vistkerfa á landi, í sjó og ferskvatni,

d) skógeyðing,

e) loft-, vatns- og jarðvegsmengun,

f) röng meðhöndlun úrgangs, þ.m.t. hættulegra efna

Mikilvægum mun á umhverfisáhrifum er lýst í athugasemdum við þennan kafla, þ.m.t. að því er varðar loftslagsbreytingar og hvernig líta beri á tengsl staks fyrirtækis við slík áhrif í tengslum við viðkomandi ramma.

Einkum ættu fyrirtæki að:

a) Koma á og viðhalda umhverfisstjórnunarkerfi sem hentar fyrirtækinu sem tengist rekstri, vörum og þjónustu fyrirtækisins yfir allan lífsferil þess, þ.m.t. með því að gera áhættumiðaða áreiðanleikakönnun, eins og lýst er í II. kafla, vegna neikvæðra umhverfisáhrifa, þ.m.t. með því að:

   a) auðkenna og leggja mat á neikvæð umhverfisáhrif sem tengjast rekstri, vörum eða þjónustu fyrirtækis, þ.m.t. með söfnun og mati á fullnægjandi og tímanlegum upplýsingum varðandi neikvæð áhrif sem tengjast rekstri, vörum og þjónustu þess og þar sem starfsemi kann að hafa neikvæð umhverfisáhrif, undirbúa viðeigandi mat á umhverfisáhrifum,

   b) koma á og innleiða mælanleg markmið og aðferðir til að takast á við neikvæð umhverfisáhrif sem tengjast rekstri, vörum og þjónustu þeirra og til að bæta umhverfisárangur. Markmiðin ættu að byggjast á vísindum, vera í samræmi við viðeigandi stefnu í hverju ríki og alþjóðlegar skuldbindingar, markmið og bestu starfsvenjur,

   c) sannreyna reglulega árangur af stefnum og hafa eftirlit með framvindu í átt að umhverfismarkmiðum og endurskoða reglulega áframhaldandi mikilvægi markmiða og aðferða,

b) Eiga þýðingarmikið samstarf við viðeigandi hagsmunaaðila sem verða fyrir áhrifum af neikvæðum umhverfisáhrifum sem tengjast rekstri, vörum eða þjónustu fyrirtækis.

c) Þegar hætta er á alvarlegum eða óafturkræfum umhverfisspjöllum, einnig að teknu tilliti til heilbrigðis og öryggis fólks, má ekki nota skort á vísindalegri fullvissu eða leiðum sem ástæðu til að fresta kostnaðarhagkvæmum ráðstöfunum til að koma í veg fyrir eða lágmarka slík spjöll, í samræmi við vísindalegan og tæknilegan skilning á áhættunni.

d) Viðhalda viðbragðsáætlunum til að koma í veg fyrir, milda og hafa eftirlit með alvarlegu umhverfis- og heilsutjóni af völdum reksturs þeirra, að meðtöldum slysum og neyðartilvikum, og fyrirkomulag fyrir tafarlausa skýrslugjöf til lögbærra yfirvalda.

e) Leitast stöðugt við að bæta umhverfisárangur á fyrirtækjastigi og, eftir því sem við á, hjá aðilum sem þau eiga í viðskiptasambandi við, þ.m.t. með því að:

  a) taka upp tækni, bestu aðgengilega tækni þar sem það er gerlegt, til að bæta umhverfisárangur,

  b) þróa og veita vörur eða þjónustu sem hafa engin óviðeigandi umhverfisáhrif, eru örugg í fyrirhugaðri notkun, eru endingargóð, viðgerðarhæf og hægt er að endurnýta, endurvinna eða farga á öruggan hátt og sem eru framleiddar á umhverfisvænan hátt sem nýtir náttúruauðlindir á sjálfbæran hátt, lágmarkar orku- og efnisnotkun eins og kostur er, sem og myndun á mengun, losun gróðurhúsalofttegunda og úrgangi, einkum hættulegum úrgangi,

  c) stuðla að öflugri árvekni meðal viðskiptavina um umhverfislegar afleiðingar þess að nota vörur og þjónustu fyrirtækis, þ.m.t. með því að veita viðeigandi og nákvæmar upplýsingar um umhverfisáhrif af þeim (t.d. um losun gróðurhúsalofttegunda, áhrif á líffræðilega fjölbreytni, auðlindanýtni, viðgerðarhæfni og endurvinnanleika eða önnur umhverfismál).

f) Veita launafólki fullnægjandi menntun og þjálfun í umhverfis-, heilsu- og öryggismálum, þ.m.t. um meðhöndlun hættulegs og hættulauss efniviðar og úrgangs, sem og forvarnir gegn umhverfisslysum og á almennari sviðum umhverfisstjórnunar, eins og verklag við mat á umhverfisáhrifum, almannatengsl og umhverfistækni. Veita birgjum og öðrum viðskiptasamböndum, einkum litlum og meðalstórum fyrirtækjum eftir því sem við á og gerlegt er, stuðning, þ.m.t. byggja upp getu til umhverfisstjórnunar.

g) Stuðla að þróun umhverfislega ábyrgrar og hagkvæmrar opinberrar stefnu, t.d. með samstarfs- eða framtaksverkefnum sem munu auka umhverfisvitund og umhverfisvernd.

Athugasemdir við VI. kafla: Umhverfismál

66. Heildræna samfélagslega nálgun þarf til að ná umhverfismarkmiðum. Viðmiðunarreglurnar setja fram væntingar um hvernig fyrirtæki eigi að forðast og takast á við neikvæð umhverfisáhrif og stuðla að því að ná markmiðum um mótvægi við loftslagsbreytingum og aðlögun að loftslagsbreytingum, varðveislu, endurheimt og sjálfbæra notkun á líffræðilegri fjölbreytni, sjálfbæra, skilvirka og löglega notkun lands, auðlinda og orku, sjálfbæra nýtingu og framleiðslu, þ.m.t. með því að efla nálgun hringrásarhagkerfis, og mengunarvarnir, umbætur og eftirlit með mengun. Alþjóðlegar skuldbindingar, marghliða samningar og aðrir reglurammar eru mikilvæg viðmiðun til að skilja umhverfisleg vandamál og væntingar. Sumir milliríkjasamningar innihalda sameiginleg markmið ríkja og veita hugsanlega ekki nákvæmar lýsingar á ábyrgð stakra fyrirtækja í tengslum við slík markmið. Í slíkum tilvikum eru viðeigandi reglurammar, stefnur í hverju ríki og almennt viðurkenndir staðlar yfir umhverfisstjórnun og verndarráðstafanir mikilvægar tilvísanir. Texti umhverfiskaflans endurspeglar í stórum dráttum meginreglur og markmið úr Ríó-yfirlýsingunni um umhverfi og þróun í framkvæmdaáætlun 21 (innan Ríó-yfirlýsingarinnar) og áætlun Sameinuðu þjóðanna um sjálfbæra þróun til ársins 2030. Hann er einnig í samræmi við rammasamning Sameinuðu þjóðanna um loftslagsbreytingar, Parísarsamninginn, samning Sameinuðu þjóðanna um líffræðilega fjölbreytni, alþjóðlegan ramma Kunming-Montreal um líffræðilega fjölbreytni, viðeigandi svæðisbundna samninga um aðgengi að upplýsingum, þátttöku almennings og réttlæti í umhverfismálum, samning Sameinuðu þjóðanna um aðgerðir gegn eyðimerkurmyndun, viðeigandi svæðisbundna samninga um umhverfismál og endurspeglar staðla úr gerningum eins og ISO-staðlinum um umhverfisstjórnunarkerfi,

stöðlum Alþjóðalánastofnunarinnar um umhverfislegan og félagslegan árangur og skipulega nálgun við alþjóðlega áætlun um meðferð íðefna.

67. Með tilliti til viðmiðunarreglnanna ætti að túlka „umhverfisstjórnun“ í sinni víðtækustu merkingu, sem felur í sér starfsemi sem miðar að því að skilja umhverfisáhrif og -áhættu, forðast og takast á við umhverfisáhrif sem tengjast rekstri, vörum og þjónustu fyrirtækis, að teknu tilliti til hlutdeildar fyrirtækisins í uppsöfnuðum áhrifum og leitast stöðugt við að bæta umhverfisárangur fyrirtækis. Umhverfisstjórnun felur einnig í sér framkvæmd á áhættumiðaðri áreiðanleikakönnun að því er varðar neikvæð umhverfisáhrif. Eðli og umfang umhverfislegrar áreiðanleikakönnunar mun fara eftir aðstæðum tiltekins fyrirtækis, í samræmi við II. kafla. Takmarkanir á framkvæmd umhverfislegrar áreiðanleikakönnunar geta m.a. verið skortur á aðgengi að gögnum um umhverfismál eða umhverfistækni. Áreiðanleikakönnun mun einnig fela í sér áhættumiðaða forgangsröðun. Hún mun einnig ráðast af því hversu líklegt er að sjá megi fyrir umhverfisáhrif sem tengjast rekstri, vörum eða þjónustu fyrirtækis. Umhverfisstjórnun er mikilvægur hluti sjálfbærrar þróunar og getur falið í sér að samræma þurfi margs konar forgangsefni, þ.m.t. þau sem sett eru fram í forgangsatriðum og markmið í hverju ríki fyrir sjálfbæra þróun. Umhverfisstjórnun er bæði viðskiptaábyrgð og viðskiptatækifæri. Fjölþjóðleg fyrirtæki hafa hlutverki að gegna að því er hvort tveggja varðar. Stjórnendur þessara fyrirtækja ættu því að gefa umhverfismálum viðeigandi gaum í starfsstefnum sínum. Til að bæta umhverfisárangur þarf skuldbindingu við kerfisbundna nálgun og stöðugar endurbætur á kerfinu. Umhverfisstjórnunarkerfi veitir þann innri ramma sem nauðsynlegur er til að fella umhverfissjónarmið inn í fyrirtækjarekstur. Slíkt kerfi ætti að hjálpa til við að fullvissa hluthafa, launafólk, samfélög og aðra viðeigandi hagsmunaaðila um að fyrirtækið vinni stöðugt að því að vernda umhverfið gegn neikvæðum áhrif af starfsemi sinni.

68. Í innganginum að þessum kafla er tilgreindur listi, sem er ekki tæmandi, yfir neikvæð umhverfisáhrif sem kunna að tengjast atvinnustarfsemi. Ýmis starfsemi fyrirtækja getur haft neikvæð áhrif á umhverfið. Neikvæð umhverfisáhrif eru marktækar breytingar á umhverfi eða lífríki, sem hafa skaðleg áhrif á samsetningu, viðnámsþrótt, framleiðni eða flutningsgetu náttúrulegra og stýrðra vistkerfa eða á rekstur félagslegra og hagrænna kerfa eða á fólk. Neikvæð umhverfisáhrif skulu metin í ljósi bestu fyrirliggjandi vísinda. Samkvæmt viðmiðunarreglunum, eins og lýst er í II. kafla, „veldur“ fyrirtæki neikvæðum umhverfisáhrifum ef starfsemi þess ein og sér nægir til að skapa neikvæð áhrif. Fyrirtæki „stuðlar að“ neikvæðum umhverfisáhrifum ef starfsemi þess, ásamt starfsemi annarra aðila, veldur áhrifunum eða ef starfsemi fyrirtækisins veldur, auðveldar eða hvetur aðra aðila til að valda neikvæðum áhrifum. Neikvæð umhverfisáhrif geta einnig verið beintengd rekstri, vörum eða þjónustu fyrirtækis í gegnum viðskiptasamband, jafnvel þó að það stuðli ekki að áhrifunum sjálft.

69. Umhverfisáhrif geta verið uppsöfnuð og samtengd eða einangruð. Þau geta verið staðbundin eða náð yfir landamæri. Þó að góður skilningur sé á sumum umhverfisáhrifum kann að vera minni skilningur á umfangi, eðli og orsökum annarra, þau í þróun eða óþekkt. Þó að hægt verði að meta að hvaða marki fyrirtæki stuðlar að neikvæðum umhverfisáhrifum í sumum tilvikum, samkvæmt fyrirliggjandi vísindum og upplýsingum, getur slíkt mat verið krefjandi í öðrum tilvikum. Í síðarnefnda tilvikinu, að því er *viðmiðunarreglurnar* varðar, ætti við mat á framlagi fyrirtækis til neikvæðra áhrifa að skoða að hve miklu leyti starfsemi þess er í samræmi við almennt viðurkennda staðla, ferli umhverfisstjórnunar og verndarráðstafanir varðandi góðar starfsvenjur í umhverfismálum, viðmiðanir og staðla sem komið er á fót í gildandi reglum og reglurömmum í umhverfismálum og viðeigandi milliríkjasamningum.

70. Neikvæð umhverfisáhrif eru oft nátengd öðrum málum sem falla undir *viðmiðunarreglurnar,* svo sem heilbrigði og öryggi, áhrif á launafólk og nærsamfélög, aðgengi að lífsviðurværi eða leiguréttindi á landi. Enn fremur felur framkvæmd á umhverfislegri áreiðanleikakönnun og stjórnun neikvæðra umhverfisáhrifa oft í sér að tekið sé tillit til margvíslegra forgangsatriða í umhverfismálum, félagsmálum og þróun. Einkum taka inngangsorð Parísarsamningsins mið af kröfum um réttlát umskipti, vinnuafl og sköpun mannsæmandi starfa og gæðastarfa í samræmi við landsbundin tilgreind forgangsatriði þróunar, og viðurkenna að þegar gripið er til aðgerða til að takast á við loftslagsbreytingar ættu hlutaðeigandi aðilar að virða, stuðla að og huga að skuldbindingum sínum. Í þessu tilliti er mikilvægt að fyrirtæki leggi mat á og

takist á við samfélagsleg áhrif í tengslum við umhverfisstjórnun sína og áreiðanleikakannanir og grípi til aðgerða til að koma í veg fyrir og milda slík neikvæð áhrif bæði við umskipti frá umhverfislega neikvæðum áhrifum sem og í átt að grænni atvinnugreinum eða aðferðum, svo sem notkun á endurnýjanlegri orku. Hvað þetta varðar verður mikilvægt að virða réttindi launþega, þ.m.t. að taka þátt í skoðanaskiptum milli aðila vinnumarkaðarins og sameiginlegum launasamningum, eins og lýst er í V. kafla, að starfa með viðkomandi hagsmunaaðilum og, þar sem við á, slíta viðskiptasambandi af ábyrgð, eins og lýst er í II. kafla.

71. Auk þess að bæta umhverfisárangur, getur uppsetning á umhverfisstjórnunarkerfi veitt fyrirtækjum fjárhagslegan ávinning með minni rekstrar- og tryggingakostnaði, bættum orkusparnaði og auðlindavernd, lækkuðum reglufylgni- og skuldbindingargjöldum, aukinni sjálfbærni og viðnámsþrótti, auknu aðgengi að fjármagni og færni, meiri ánægju viðskiptavina og bættum samfélags- og almannatengslum.

72. Samskipti varðandi umhverfisáhrif sem tengjast rekstri, vörum og þjónustu fyrirtækis, sem og þýðingarmiklu samstarfi við hagsmunaaðila, eru liður í áreiðanleikakönnun og kann einnig að vera krafist samkvæmt lögum. Skýrslugjafarstaðlar eins og framtaksverkefnið um alþjóðlega skýrslugjöf og aðrir umhverfislegir staðlar um skýrslugjöf veita gagnlegar tilvísanir. Sjá einnig III. kafla um upplýsingagjöf. Þýðingarmikið samstarf og samskipti við hagsmunaaðila eins og starfsfólk, viðskiptavini, fjárfesta, birgja, verktaka, sveitarfélög, einstaklinga eða hópa í viðkvæmum aðstæðum eða jaðarstöðu, einstaklinga sem hafa sérstök réttindi eða lögmæt leiguréttindi á landi, og frumbyggja og við almenning í heild sinni, er einkar mikilvægt þegar þau verða, eða kunna að verða, fyrir áhrifum af fyrrnefndum atvikum og þar sem sjaldgæfar umhverfislegar eignir í áhættuflokki eru í húfi, annaðhvort í svæðisbundnu, innlendu eða alþjóðlegu samhengi.

73. Fyrirtæki eru hvött til að tileinka sér sjálfbær neyslu- og framleiðslumynstur, þ.m.t. með auðlindanýtni, hringrásarhagkerfi og öðrum líkönum. Með slíkum aðferðum geta fyrirtæki dregið umtalsvert úr neikvæðum umhverfisáhrifum sínum. Auðlindanýtni stuðlar að árangursríkari og skilvirkari nýtingu auðlinda og efniviðar, þ.m.t. með vistvænni hráefnisöflun. Enn fremur er hringrásarhagkerfisnálgun viðeigandi, eins og við á, sem ein þeirra leiða sem hægt er að fara til að ná sjálfbærni. Samkvæmt landsbundinni forgangsröðun og aðstæðum er hringrásarhagkerfi líkan þar sem vörur og efniviður eru hönnuð þannig að hægt sé að endurnýta, gera við, endurframleiða, endurvinna eða endurheimta og þar af leiðandi viðhalda þeim í hagkerfinu eins lengi og hægt er, ásamt þeim auðlindum sem þau eru gerð úr og þar sem komið er í veg fyrir og dregið úr myndun úrgangs, sérstaklega hættulegs úrgangs, og losun gróðurhúsalofttegunda.

74. Grunnforsenda *viðmiðunarreglnanna* er að fyrirtæki bregðist eins fljótt við og hægt er og á fyrirbyggjandi hátt, til að forðast neikvæð umhverfisáhrif.

75. *Viðmiðunarreglunum* er ekki ætlað að endurtúlka neina fyrirliggjandi gerninga eða skapa nýjar skuldbindingar eða fordæmi af hálfu ríkja – þeim er aðeins ætlað að ráðleggja hvernig innleiða ætti varúðarnálgun á fyrirtækjastigi. Viðurkennt er að nokkurn sveigjanleika þarf við beitingu þessarar nálgunar, eftir því tiltekna samhengi þar sem hún er framkvæmd. Einnig er viðurkennt að ríki ákvarða grunnrammann á þessu sviði í ljósi getu sinnar og bera ábyrgð á því að hafa reglulega samráð við hagsmunaaðila um heppilegustu leiðirnar fram á við, til að tryggja gagnsæi og vísindalega nálgun.

76. Fyrirtæki gegna mikilvægu hlutverki við að stuðla að loftslagshlutleysi og loftslagsbreytingaþolnu hagkerfi, sem er nauðsynlegt til að ná alþjóðlega samþykktum markmiðum um mótvægi og aðlögun að loftslagsbreytingum. Meðan á umbreytingarferlinu yfir í loftslagshlutleysi stendur mun ýmis atvinnustarfsemi fela í sér einhvers konar losun gróðurhúsalofttegunda eða fækkun kolefnisviðtaka. Fyrirtæki ættu að tryggja að losun þeirra á gróðurhúsalofttegundum og áhrif á kolefnisviðtaka séu í samræmi við alþjóðlega samþykkt hitastigsmarkmið sem byggjast á bestu fyrirliggjandi vísindum, þ.m.t. eins og milliríkjanefnd um loftslagsbreytingar (IPCC) metur það.

77. Þetta felur í sér kynningu og innleiðingu á vísindalegum stefnum, stefnuáætlunum og umbreytingaráætlunum um mótvægi við og aðlögun að loftslagsbreytingum, sem og samþykkt, innleiðingu,

eftirlit og skýrslugjöf um mótvægismarkmið til skamms, meðallangs og lengri tíma litið. Þessi markmið ættu að vera byggð á vísindum, innihalda markmið um hreina og, þar sem við á, styrkleikamiðaða skerðingu á losun gróðurhúsalofttegunda og taka tillit til flokks 1, 2, og að því marki sem unnt er og samkvæmt bestu fyrirliggjandi upplýsingum, flokks 3 af losun gróðurhúsalofttegunda. Mikilvægt verður að tilkynna um, endurskoða og uppfæra markmið reglulega í tengslum við hentugleika þeirra og mikilvægi, samkvæmt nýjustu fyrirliggjandi vísindaþekkingu og eftir því sem ólíkar innlendar eða atvinnugreinatengdar umbreytingarleiðir eru þróaðar og uppfærðar. Fyrirtæki ættu að forgangsraða því að eyða eða draga úr upptökum losunar framyfir ráðstafanir til jöfnunar, uppbótar eða hlutleysingar. Líta má á kolefnisinneign eða -jöfnun, sem leið til að bregðast við losun án mildunar, sem síðasta úrræði. Kolefnisinneign eða -jöfnun ætti að vera af umhverfislegum heilleika og ætti ekki að beina athyglinni frá nauðsyn þess að draga úr losun og ætti ekki að stuðla að því að læsa ferlum og innviðum sem losa mikið af gróðurhúsalofttegundum. Fyrirtæki ættu að tilkynna opinberlega um þörf þeirra á og viðeigandi einkenni hvers kyns kolefnisinneignar eða -jöfnunar. Slík skýrsla ætti að vera aðgreind frá og til viðbótar við skýrslugjöf um samdrátt í losun.

78. Notkun áhrifamáttar og ákvæði um tækniþekkingu með gagnkvæma skilmála, tækniaðstoð og fjármögnun til birgja og önnur viðskiptasambönd til að milda og aðlagast loftslagsbreytingum munu ráða úrslitum til að ná markmiðum og bregðast við áhrifum.

79. Að ná viðnámi gegn og aðlögun að loftslagsbreytingum er mikilvægur þáttur í langtímaviðbrögðum við loftslagsbreytingum á heimsvísu til að vernda fólk og vistkerfi og mun krefjast samstarfs og stuðnings frá öllum hlutum samfélagsins. Fyrirtæki ættu að forðast starfsemi sem grefur undan aðlögun að loftslagsbreytingum og viðnámsþrótti samfélaga, launafólks og vistkerfa.

80. Verndun líffræðilegrar fjölbreytni og sjálfbær stjórnun og nýting náttúruauðlinda og vistkerfa, að meðtöldum t.d. skógum, höfum, mómýrum og votlendi, er afar mikilvæg fyrir heilbrigði manna og lífsviðurværi, lífslíkur tegunda sem og mótvægi við og aðlögun að loftslagsbreytingum. Fyrirtæki ættu að stuðla að varðveislu líffræðilegrar fjölbreytni, sjálfbærrar nýtingar á þáttum hennar og sanngjarnri og réttlátri deilingu ávinnings af nýtingu erfðaauðlinda. Fyrirtæki ættu einnig að forðast og bregðast við hnignun lands, sjávar og ferskvatns, í samræmi við markmið heimsmarkmiða Sameinuðu þjóðanna um sjálfbæra þróun, einkum 15.2, stefnuáætlun Sameinuðu þjóðanna um skóga 2017–2030 og Glasgow-yfirlýsingu leiðtoga um skóga- og landnotkun frá 2021 sem leitast við að stöðva og snúa við tapi á skógum og landhnignun fyrir árið 2030. Viðleitni ætti að felast í að framkvæma auka áreiðanleikakönnun með tilliti til hugsanlegra neikvæðra áhrifa á líffræðilega fjölbreytni í þjóðgörðum, friðlöndum og öðrum vernduðum svæðum, þ.m.t. náttúruheimsminjastöðum UNESCO, svæðum sem eru vernduð í samræmi við samning Sameinuðu þjóðanna um líffræðilega fjölbreytni og eins og skilgreint er í landslögum, sem og um verndaðar tegundir. Þar sem við á, og samkvæmt eigin getu og landslögum þar sem fyrirtæki starfa, ættu þau einnig að stuðla að sjálfbærri stjórnun lands og skóga, að meðtalinni endurheimt, nýskógrækt og endurræktun skóga ásamt því að draga úr hnignun lands, sjávar og ferskvatns. Viðleitni fyrirtækja til að koma í veg fyrir eða milda neikvæð áhrif á líffræðilega fjölbreytni ætti að mótast af mótvægisstigveldi líffræðilegrar fjölbreytni, sem mælir með að fyrst sé reynt að draga úr skaða á líffræðilegri fjölbreytni, draga úr eða lágmarka skaða þar sem ekki er komist hjá honum og nota jöfnun og endurheimt sem síðasta úrræðið fyrir neikvæð áhrif sem ekki er hægt að koma í veg fyrir.

81. Neikvæð umhverfisáhrif, einkum í tengslum við líffræðilega fjölbreytni og hnignun lands, sjávar og ferskvatns, geta tengst ábyrgum stjórnarháttum á umráðarétti yfir landi, skógum og fiskveiðum. Eins og fram kemur í valfrjálsum viðmiðunarreglum um ábyrga stjórnun á umráðarétti lands, fiskveiða og skóga í tengslum við landsbundið fæðuöryggi, getur ábyrg stjórnun á umráðarétti lands, skóga og fiskveiða gegnt hlutverki við að styðja sjálfbæra nýtingu á umhverfinu. Í þessu samhengi kalla valfrjálsar viðmiðunarreglur um ábyrga stjórnun á umráðarétti lands, fiskveiða og skóga í tengslum við landsbundið fæðuöryggi á fjárfestingar sem skaða engan og vernda fyrir eignarnámi hjá ábúendum með lögmætan rétt til ábúðar og umhverfisspjöllum.

82. *Viðmiðunarreglurnar* hvetja fyrirtæki einnig til að vinna að því að auka umhverfisárangur í öllum hlutum rekstrar, jafnvel þó að núverandi starfsvenjur í löndum þar sem þau starfa krefjist þess hugsanlega ekki. Í þessu sambandi ættu fyrirtæki að taka tilhlýðilegt tillit til samfélagslegra og efnahagslegra áhrifa á þróunarlönd.

83. Til dæmis hafa fjölþjóðleg fyrirtæki oft aðgang að fyrirliggjandi tækni og nýsköpunartækni eða verklagsreglum sem gætu, sé þeim beitt, hjálpað við að auka umhverfisárangur í heild. Oft er litið á fjölþjóðleg fyrirtæki sem leiðandi á sínu sviði, þannig að ekki ætti að líta framhjá möguleikanum á „sýniáhrifum“ á önnur fyrirtæki. Að tryggja að umhverfi landa þar sem fjölþjóðleg fyrirtæki starfa njóti einnig góðs af fyrirliggjandi tækni og nýsköpunartækni og starfsvenjum er mikilvæg leið til að byggja upp stuðning við alþjóðlega fjárfestingastarfsemi á almennari hátt.

84. Fyrirtæki gegna mikilvægu hlutverki við að þjálfa og fræða starfsfólk sitt og aðra hagsmunaaðila að því er varðar umhverfisstjórnunarmál. Þau eru hvött til að rækja þessa ábyrgð á eins víðtækan hátt og hægt er, sérstaklega á sviðum sem tengjast heilbrigði og öryggi fólks á beinan hátt. Fyrirtæki ættu einnig að miðla umhverfisstefnum sínum, umhverfiskröfum og -stöðlum á skýran og aðgengilegan hátt í viðskiptasamböndum sínum.

85. Fyrirtæki ættu að virða staðla varðandi velferð dýra sem eru í samræmi við landdýrareglur Alþjóðadýraheilbrigðisstofnunarinnar. Dýr upplifir góða velferð ef það er heilbrigt, líður vel, nærist vel, er öruggt, þjáist ekki af óþægilegu ástandi eins og sársauka, ótta og vanlíðan, og getur sýnt hegðun sem er mikilvæg fyrir líkamlegt og andlegt ástand þess. Góð velferð dýra krefst sjúkdómavarna og viðeigandi dýralækninga, athvarfs, stjórnunar og næringar, örvandi og öruggs umhverfis, mannúðlegrar meðhöndlunar og mannúðlegrar slátrunar eða aflífunar. Að auki ættu fyrirtæki að fylgja leiðbeiningum um flutning á lifandi dýrum sem þróaðar eru af viðeigandi alþjóðastofnunum.

VII. Barátta gegn mútum og annarri spillingu

Neikvæð áhrif á mál sem falla undir viðmiðunarreglurnar verða oft vegna spillingar. Sem slík er innleiðing fyrirtækis á árangursríkum ráðstöfunum gegn spillingu mikilvægt framlag til að forðast önnur neikvæð áhrif sem falla undir viðmiðunarreglurnar. Fyrirtæki ættu ekki að stunda neins konar mútur eða annars konar spillingu.

Einkum ættu fyrirtæki:

a) Ekki að taka þátt í neins konar spillingu, þ.m.t. að bjóða, lofa eða gefa ótilhlýðilegt fé eða annan ávinning til opinberra embættismanna eða starfsfólks einstaklinga eða aðila sem fyrirtæki á í viðskiptasambandi við eða til ættingja þeirra eða samstarfsaðila. Sömuleiðis ættu fyrirtæki ekki að biðja um, samþykkja eða taka við ótilhlýðilegu fé eða öðrum ávinningi frá opinberum embættismönnum eða starfsfólki einstaklinga eða aðila sem fyrirtæki á í viðskiptasambandi við. Fyrirtæki ættu ekki að nota þriðju aðila eða aðra milliliði, þ.m.t., meðal annars umboðsaðila, ráðgjafa, fulltrúa, dreifingaraðila, samtök, verktaka og birgja og samstarfsaðila í samrekstri til að miðla ótilhlýðilegu fé eða öðrum ávinningi til opinberra embættismanna eða til starfsfólks einstaklinga eða aðila sem fyrirtæki á í viðskiptasambandi við eða til ættingja þeirra eða samstarfsaðila.

b) Að þróa og taka upp fullnægjandi innra eftirlit, siðareglur og regluvörsluáætlanir eða ráðstafanir til að koma í veg fyrir, greina og bregðast við mútugreiðslum og annars konar spillingu með fullnægjandi hætti, þróaðar á grundvelli áhættumiðaðs mats, að teknu tilliti til einstakra aðstæðna fyrirtækis, einkum áhættuþátta fyrirtækis í tengslum við mútugreiðslur og annars konar spillingu (þ.m.t., meðal annars, landfræðilega staðsetningu og iðnaðargeira rekstursins, aðra ábyrga viðskiptahætti, regluumhverfi, tegund viðskiptasambands, viðskipti við erlend ríki og notkun á þriðju aðilum). Þetta innra eftirlit, siðareglur og regluvörsluáætlanir ættu að fela í sér kerfi fjármála- og bókhaldsaðferða, þ.m.t. kerfi til innra eftirlits, sem er útfært til að viðhalda sanngjörnu og nákvæmu bókhaldi, skrár um hagsmunaárekstra, skrár og reikninga til að tryggja að ekki verði hægt að nota þau í þeim tilgangi að stunda eða fela mútugreiðslur eða annars konar spillingu. Fylgjast ætti með hverjum slíkum aðstæðum og áhættu fyrir sig og endurmeta þær eftir þörfum til að ákvarða úthlutun tilfanga til regluvörslu og til að tryggja að innra eftirlit, siðareglur og regluvörsluáætlun eða ráðstafanir fyrirtækis séu aðlagaðar og haldi áfram að skila árangri og til að draga úr hættunni á því að fyrirtæki stundi mútur eða annars konar spillingu. Þetta innra eftirlit, siðareglur og regluvörsluáætlanir eða ráðstafanir til að koma í veg fyrir og greina hvers kyns spillingu ættu einnig að fela í sér framkvæmd áhættumiðaðrar áreiðanleikakönnunar, eins og lýst er í II. kafla.

c) Að banna eða letja notkun á lágum liprunargreiðslum í innra eftirliti, siðareglum og regluvörsluáætlunum eða ráðstöfunum félaga, sem eru almennt ólögmætar í þeim löndum þar sem þær eru gerðar, og skrá slíkar greiðslur nákvæmlega í bókum og fjárhagsskýrslum þegar þær eru gerðar.

d) Að tryggja, að teknu tilliti til sérstakrar áhættu sem tengist mútum og annars konar spillingu, tilhlýðilega skjalfesta áreiðanleikakönnun sem lýtur að ráðningu, sem og viðeigandi og reglulegt eftirlit með, umboðsaðilum og að þóknun umboðsaðila sé viðeigandi og eingöngu fyrir lögmæta þjónustu. Þar sem við á ætti að halda uppfærðan lista yfir umboðsaðila sem stunda viðskipti við opinbera aðila og ríkisfyrirtæki og gera hann aðgengilegan fyrir lögbær yfirvöld, í samræmi við gildandi kröfur um upplýsingagjöf. Fyrirtæki ættu að gera ráðstafanir til að tryggja að umboðsaðilar þeirra forðist að hafa ólögleg áhrif og fylgi fagstöðlum í samskiptum sínum við opinbera embættismenn.

e) Að auka gagnsæi í starfsemi sinni í baráttunni gegn mútugreiðslum og annars konar spillingu og stuðla að heilindum. Ráðstafanirnar geta falið í sér i) sterkan, skýran og sýnilegan stuðning og skuldbindingu stjórnar félags eða sambærilegrar stjórnar og framkvæmdastjórnar við innra eftirlit, siðareglur og regluvörsluáætlanir fyrirtækis, ii) skýrt mótaða og sýnilega fyrirtækjastefnu sem bannar mútugreiðslur og annars konar spillingu, sem er auðveldlega aðgengileg öllu starfsfólki og viðeigandi þriðju aðilum, þ.m.t., m.a. erlendum dótturfélögum, umboðsaðilum og öðrum milliliðum, og iii) birtingu á stjórnunarkerfum og innra eftirliti, siðferðis- og regluvörsluáætlunum eða ráðstöfunum sem fyrirtæki taka upp til að standa við þessar skuldbindingar. Fyrirtæki ættu einnig að stuðla að hreinskilni og samtali við almenning til að efla vitund hans og samvinnu í baráttunni gegn mútugreiðslum og annars konar spillingu. Fyrirtæki eru hvött til að upplýsa, með fyrirvara um landslög og innlendar kröfur, um hvers kyns misferli sem tengist mútum og annars konar spillingu, sem og þær ráðstafanir sem gerðar eru til að bregðast við tilvikum þegar grunur leikur á um mútugreiðslur og annars konar spillingu. Þessar ráðstafanir geta falið í sér, en takmarkast ekki við, ferli til að auðkenna, rannsaka og tilkynna um misferli og að eiga raunveruleg og forvirk samskipti við löggæsluyfirvöld.

f) Stuðla að vitund um og hlítni við fyrirtækjastefnur og innra eftirlit, siðareglur og regluvörsluáætlanir eða ráðstafanir gegn mútugreiðslum og annars konar spillingu meðal starfsfólks og einstaklinga eða aðila sem tengjast gegnum viðskiptasamband, með viðeigandi miðlun á slíkum stefnum, áætlunum eða ráðstöfunum og með þjálfunaráætlunum og refsiaðgerðum sem taka tillit til viðkomandi tungumála-, menningar- og tæknihindrana.

g) Ekki veita frambjóðendum í opinber embætti eða til stjórnmálaflokka, eða öðrum samtökum sem tengjast stjórnmálaflokkum eða stjórnmálafólki, ólögleg framlög. Pólitísk framlög ættu að vera í fullu samræmi við landslög, að meðtöldum kröfum um opinberar upplýsingar, og ættu að þarfnast samþykkis frá framkvæmdastjórn. Þetta felur í sér að skylda launafólk ekki til að styðja tiltekinn stjórnmálamann eða stjórnmálasamtök.

Athugasemdir við VII. kafla: Barátta gegn mútum og annarri spillingu

86. Túlka ber hugtökin mútugreiðslur og annars konar spillingu í samræmi við eftirfarandi gerninga. Spilling nær yfir mútugreiðslur til opinberra embættismanna eða starfsfólks einstaklinga eða aðila sem tengjast með viðskiptasambandi. Hún getur einnig snúist um áhrifakaup, fjárdrátt og misnotkun á kostun og framlögum til góðgerðarmála. Fyrirtæki ættu t.d. ekki að bjóða, lofa, gefa eða fara fram á mútugreiðslur eða önnur óréttmæt hlunnindi til að ná eða halda viðskiptum eða öðrum óviðeigandi ávinningi. Fyrirtæki ættu einnig að standast hvatningu til að stunda mútugreiðslur og fjárkúgun. Þó að hagsmunaárekstrar séu staðreyndum málsins samkvæmt ekki spilling er vaxandi viðurkenning á því að árekstur milli einkahagsmuna og opinberra skyldna opinberra embættismanna geti hugsanlega leitt til spillingar ef stjórnun þeirra er ófullnægjandi. *Samningur um baráttu gegn mútugreiðslum til erlendra opinberra starfsmanna í alþjóðlegum viðskiptum [OECD/LEGAL/0293]* (*samningur Efnahags- og framfarastofnunarinnar gegn mútugreiðslum*) sem öðlaðist gildi þann 15. febrúar 1999. *Samningur Efnahags- og framfarastofnunarinnar gegn mútugreiðslum*, ásamt *tilmælum um frekari baráttu gegn mútugreiðslum til erlendra opinberra embættismanna í alþjóðlegum viðskiptum [OECD/LEGAL/0378]* (*Tilmæli gegn mútugreiðslum*), *Tilmæli um skattráðstafanir til frekari baráttu gegn mútugreiðslum til opinberra embættismanna í alþjóðlegum viðskiptum [OECD/LEGAL/0371], tilmæli um mútugreiðslur og útflutningslán*

sem njóta opinbers stuðnings [OECD/LEGAL/0447] og tilmæli til aðila í þróunarsamvinnu um stjórnun áhættu á spillingu [OECD/LEGAL/0431] eru grunngerningar Efnahags- og framfarastofnunarinnar sem fjalla um tilboðshlið erlendra mútugreiðslna. Saman miða þessir gerningar að því að eyða „framboði" mútugreiðslna til erlendra opinberra embættismanna með því að hvert land axli ábyrgð á starfsemi fyrirtækja sinna og því sem gerist innan lögsögu þess.[2] Áætlun um strangt og kerfisbundið eftirlit með innleiðingu landa á *samningi Efnahags- og framfarastofnunarinnar gegn mútugreiðslum* og þessum tengdu gerningum hefur verið komið á til að stuðla að fullri innleiðingu þeirra. Einnig er fjallað um annars konar spillingu og áhættu sem tengist heilindum í *tilmælum um opinber heilindi [OECD/LEGAL/0435], tilmælum um meginreglur um gagnsæi og heilindi í hagsmunabaráttu [OECD/LEGAL/0379], tilmælum um viðmiðunarreglur OECD til að stjórna hagsmunaárekstrum í opinberri þjónustu [OECD/LEGAL/0316]* og *tilmælum um viðmiðunarreglur um baráttu gegn spillingu og heilindi í ríkisfyrirtækjum [OECD/LEGAL/0451]*.

87. Spilling er skaðleg fyrir lýðræðislegar stofnanir og stjórnarhætti fyrirtækja. Hún dregur úr fjárfestingum og skekkir alþjóðleg samkeppnisskilyrði. Fyrir utan efnahagsleg áhrif getur spilling haft skaðleg áhrif, þ.m.t., meðal annars, grafið undan alþjóðlegum stöðugleika, leitt til þess að umhverfisstöðlum og réttindum launþega er ekki framfylgt eða að veittar eru ófullnægjandi vörur. Einkum þegar spilling stýrir tilfærslu fjármuna grefur það undan viðleitni borgara til að bæta efnahagslegra, samfélagslegra og umhverfislegra velferð. Spilling hefur óhófleg áhrif á þá sem tilheyra jaðarsettum eða viðkvæmum hópum og getur aukið kynjamisrétti. Fyrirtæki hafa mikilvægu hlutverki að gegna við að berjast gegn þessum starfsháttum með því að taka tilliti til samverkandi þátta kerfislægrar mismununar í tengslum við þjóðerni, kynþátt, kyn og kynhneigð, meðal annarra þátta, við upptöku eftirlits, siðareglna og regluvörsluáætlana.

88. Hæfi, heilindi og gagnsæi á bæði opinberum vettvangi og einkasviði eru lykilhugtök í baráttunni gegn mútugreiðslum og annars konar spillingu. Viðskiptasamfélagið, frjáls félagasamtök, ríki og milliríkjastofnanir ættu öll að vinna saman að því að styrkja opinberan stuðning við ráðstafanir gegn spillingu og auka gagnsæi og almenningsvitund um vanda í tengslum við spillingu og mútugreiðslur. Upptaka viðeigandi stjórnarhátta fyrirtækja er einnig mikilvægur þáttur í að efla siðferði innan fyrirtækja.

89. Í *tilmælum gegn mútugreiðslum* er einkum mælt með því að ríki hvetji fyrirtæki til að þróa og taka upp viðeigandi innra eftirlit, siðareglur og regluvörsluáætlanir eða ráðstafanir til að koma í veg fyrir og greina erlendar mútugreiðslur, að teknu tilliti til *leiðbeininga um góðar starfsvenjur við innra eftirlit, siðareglur og regluvörslu*, sem er að finna í II. viðauka við *tilmæli gegn mútugreiðslum*. Þessum *leiðbeiningum um góðar starfsvenjur* er beint til fyrirtækja, þ.m.t. fyrirtækja í ríkiseigu, sem og samtaka í atvinnulífinu og fagfélaga, og þær leggja áherslu á góðar starfsvenjur til að tryggja skilvirkni innra eftirlits, siðareglna og regluvörsluáætlana eða ráðstafana til að koma í veg fyrir og greina erlendar mútugreiðslur, þ.m.t. vernd fyrir þá sem tilkynna um mútugreiðslur. Þær eru sveigjanlegar og eru ætlaðar til aðlögunar eftir fyrirtækjum, einkum litlum og meðalstórum fyrirtækjum, í samræmi við aðstæður hvers og eins, s.s. stærð, tegund, félagsformi og landfræðilegri staðsetningu og iðnaðargeira reksturs, sem og þeirrar lögsögu og annarra grundvallarmeginreglna laga sem þau starfa eftir. Að auki, að því er þessar *viðmiðunarreglur*

[2] 1 Í *samningi Efnahags- og framfarastofnunarinnar gegn mútugreiðslum* eru erlendar mútugreiðslur skilgreindar sem „...að bjóða, lofa eða veita hvers kyns ótilhlýðilegt fé eða önnur hlunnindi, annaðhvort beint eða í gegnum milliliði, til erlends opinbers embættismanns, handa þeim embættismanni eða þriðja aðila, í því skyni að embættismaðurinn aðhafist eða aðhafist ekki í tengslum við framkvæmd á opinberum skyldustörfum, til að afla eða halda viðskiptum eða öðrum óréttmætum hlunnindum í stjórnun alþjóðlegra viðskipta". Í athugasemdum við *samning Efnahags- og framfarastofnunarinnar gegn mútugreiðslum* (9. mgr.) er útskýrt að lágar „liprunargreiðslur" teljast ekki til greiðslna sem gerðar eru „til að afla eða halda viðskiptum eða öðrum óréttmætum hlunnindum" í skilningi 1. mgr. og þar af leiðandi eru þær heldur ekki brot. Slíkar greiðslur, sem eru í sumum löndum inntar af hendi til að fá opinbera embættismenn til að sinna hlutverki sínu, svo sem að gefa út leyfi eða heimildir, eru almennt ólöglegar í viðkomandi erlendu landi. Önnur lönd geta og ættu að bregðast við þessu eyðileggjandi fyrirbæri með stuðningi við áætlanir um góða stjórnunarhætti. Í *tilmælum gegn mútugreiðslum* (i-lið XIV. þáttar) er mælt með því að ríki „skuldbindi sig til að endurskoða stefnur sínar og nálganir í tengslum við lágar liprunargreiðslur reglulega til að berjast gegn fyrirbærinu af skilvirkni".

varðar, ættu innra eftirlit, siðareglur og regluvörsluáætlanir eða ráðstafanir í tengslum við spillingu einnig að fela í sér áhættumiðaða áreiðanleikakönnun í samræmi við þau tilmæli sem er að finna í II. kafla.

90. Sameiginlegar aðgerðir og þýðingarmikið samstarf við innlend og alþjóðleg borgaraleg samtök, fyrirtæki, fagfélög og alþjóðastofnanir geta einnig hjálpað fyrirtækjum að hanna betur og innleiða skilvirkar stefnur í baráttu gegn spillingu og draga úr áhættu á spillingu sem fyrirtæki getur ekki dregið úr eitt og sér.

91. Samningur Sameinuðu þjóðanna gegn spillingu, sem öðlaðist gildi þann 14. desember 2005, setur fram víðtækt úrval staðla, ráðstafana og reglna til að berjast gegn spillingu. Samkvæmt samningi Sameinuðu þjóðanna gegn spillingu er aðildarríkjum skylt að banna embættismönnum sínum að þiggja mútugreiðslur og fyrirtækjum að múta innlendum opinberum embættismönnum, sem og erlendum opinberum embættismönnum og starfsfólki opinberra alþjóðastofnana og að íhuga að banna mútugreiðslur milli einkaaðila. Samningur Sameinuðu þjóðanna gegn spillingu og *samningur Efnahags- og framfarastofnunarinnar gegn mútugreiðslum* styðja hvorn annan og eru samstilltir.

92. Góðir stjórnarhættir eru mikilvægir þættir til að koma í veg fyrir að fyrirtæki séu beðin um mútugreiðslur til að takast á við eftirspurn eftir mútugreiðslum. Bæði heima- og gistiríki ættu að aðstoða fyrirtæki sem standa frammi fyrir beiðni um mútugreiðslur eða annars konar spillingu, vekja athygli á og veita viðkomandi opinberum embættismönnum þjálfun, íhuga að stuðla að framtaksverkefnum með sameiginlegum aðgerðum með fulltrúum einkageirans og hins opinbera, sem og borgaralegum samtökum, og grípa til samræmdra aðgerða til að takast á við beiðnir um og viðtöku á mútum, eftir því sem við á. Í *Leiðbeiningum um góðar starfsvenjur um sérstakar greinar samningsins* í II. viðauka við *tilmæli gegn mútugreiðslum* stendur að innleiða ætti *samning Efnahags- og framfarastofnunarinnar gegn mútugreiðslum* á þann hátt að hann veiti hvorki vörn né undanþágu þegar erlendur opinber embættismaður biður um mútur. Enn fremur krefst samningur Sameinuðu þjóðanna gegn spillingu þess að beiðni innlendra opinberra embættismanna um mútur verði gerð refsiverð.

VIII. Hagsmunir neytenda

Í samskiptum við neytendur ættu fyrirtæki að starfa í samræmi við réttmæta viðskiptahætti, markaðs- og auglýsingavenjur og gera allar eðlilegar ráðstafanir til að tryggja gæði og áreiðanleika vara og þjónustu sem þau veita. Einkum ættu þau að:

a) Tryggja að vörur og þjónusta sem þau veita uppfylli alla samþykkta eða lögboðna staðla um heilbrigði og öryggi neytenda, að meðtöldum stöðlum sem lúta að viðvörunarmerkingum og öryggisupplýsingum, og skapi ekki óeðlilega áhættu fyrir heilbrigði og öryggi neytenda við fyrirsjáanlega notkun eða fyrirsjáanlega óviðeigandi notkun eða misnotkun.

b) Veita nákvæmar, sannreynanlegar og skýrar upplýsingar sem nægja til að gera neytendum kleift að taka upplýstar ákvarðanir, þ.m.t. upplýsingar um verð og, eftir því sem við á, efni, örugga notkun, umhverfiseiginleika, viðhald, geymslu, förgun á vörum og þjónustu, og viðeigandi upplýsingagjöf um rafræna verslun, svo sem persónuverndarmál, og upplýsingar um tiltæka valkosti til lausnar deilumála og úrbóta. Upplýsingarnar ættu að vera settar fram á skýran og aðgengilegan hátt á einföldu máli en taka einnig tillit til aðgengisþarfa neytenda með fötlun. Þar sem hægt er ætti að veita þessar upplýsingar á þann hátt sem auðveldar neytendum að bera saman vörur.

c) Veita neytendum aðgang að sanngjarnri, tímanlegri og skilvirkri tilhögun um lausn deilumála og úrbóta utan dómstóla, án óþarfa kostnaðar eða byrði.

d) Gefa ekki fullyrðingar eða sleppa upplýsingum né viðhafa neina aðra starfshætti sem eru villandi, blekkjandi, sviksamlegir, óréttmætir eða sem grafa á annan hátt undan vali neytenda eða samkeppni.

e) Styðja viðleitni til að efla neytendafræðslu á sviðum sem tengjast atvinnustarfsemi þeirra, með það að markmiði, meðal annars, að bæta getu neytenda til að: i) taka upplýstar ákvarðanir sem snúa að flóknum vörum, þjónustu og mörkuðum, ii) öðlast betri skilning á efnahagslegum, umhverfislegum og samfélagslegum áhrifum af ákvörðunum sínum og iii) styðja við sjálfbæra neyslu.

f) Vernda friðhelgi einkalífs neytenda með því að tryggja að starfshættir fyrirtækja sem tengjast söfnun og notkun neytendaupplýsinga séu löglegir, gagnsæir og réttmætir, auðveldi þátttöku og val neytenda og geri allar réttmætar ráðstafanir til að tryggja öryggi þeirra persónuupplýsinga sem þau safna, geyma, vinna eða dreifa.

g) Hafa fullt samstarf við opinber yfirvöld til að koma í veg fyrir og berjast gegn misnotkun eða blekkjandi markaðsaðferðum (þ.m.t. villandi auglýsingum og viðskiptasvikum) og til að draga úr eða koma í veg fyrir alvarlega ógn við lýðheilsu og almannaöryggi eða umhverfið sem stafar af neyslu, notkun eða förgun á vörum og þjónustu þeirra.

h) Taka tillit til, við beitingu ofangreindra meginreglna, i) þarfa neytenda, sérstaklega þeirra sem kunna að upplifa varnarleysi eða standa illa að vígi og ii) sérstakra áskorana sem rafræn verslun getur haft í för með sér fyrir neytendur.

Athugasemdir við VIII. kafla: Hagsmunir neytenda

93. Í kaflanum um hagsmuni neytenda í *viðmiðunarreglunum* er stuðst við vinnu samkeppnisnefndar Efnahags- og framfarastofnunarinnar og nefndar um fjármálamarkaði, viðeigandi staðla Efnahags- og framfarastofnunarinnar á sviði neytendaverndar, sem og vinnu annarra stofnana, þ.m.t. Alþjóðaverslunarráðsins, Alþjóðlegu staðlasamtakanna og Sameinuðu þjóðanna, þ.m.t. Umhverfisstofnunar Sameinuðu þjóðanna (þ.e. viðmiðunarreglur um neytendastefnu) og viðeigandi gerninga, þ.m.t. reglur um auglýsingar og markaðsefni fyrir alþjóðlegar auglýsingar og ábyrga markaðssetningu, Alþjóðaverslunarráðið.

94. Í kaflanum er viðurkennt að ánægja neytenda og tengdir hagsmunir séu grundvöllur fyrir farsæla starfsemi fyrirtækja. Þar er einnig viðurkennt að neytendamarkaðir fyrir vörur og þjónustu hafi tekið miklum breytingum í gegnum tíðina. Lagfæringar á reglusetningu, opnari heimsmarkaðir, þróun nýrrar tækni sem hefur umbreytt stafrænni þjónustu og fjármálaþjónustu og vöxtur í neytendaþjónustu hafa verið helstu breytingarvaldar og veitt neytendum meira val og annan ávinning sem hlýst af opnari samkeppni. Um leið hefur hraði breytinga og aukið flækjustig á mörgum mörkuðum almennt gert neytendum erfiðara fyrir við að bera saman og leggja mat á vörur og þjónustu. Auk þess hefur lýðfræði neytenda breyst með tímanum. Börn verða sífellt mikilvægara afl á markanum sem og vaxandi fjöldi eldri borgara. Þó að neytendur hafi almennt betri menntun skortir marga samt sem áður þá reiknings-, lestrar- og skriftarfærni sem er nauðsynleg á flóknari og upplýsingafrekari markaði dagsins í dag. Jafnframt er aukinn áhugi hjá mörgum neytendum á að þekkja stöðu og starfsemi fyrirtækja í margvíslegum efnahagslegum málum, samfélagslegum málum og umhverfismálum og á því að taka tillit til þessara þátta við val á vörum og þjónustu.

95. Í innganginum er skorað á fyrirtæki að beita réttmætum viðskipta-, markaðssetningar- og auglýsingaháttum og tryggja gæði og áreiðanleika varanna sem þau veita. Tekið er fram að þessar meginreglur gilda bæði um vörur og þjónustu.

96. Í 1. mgr. er undirstrikað mikilvægi þess að fyrirtæki fylgi tilskildum kröfum um heilsuvernd og öryggi og að þau veiti neytendum fullnægjandi upplýsingar um heilbrigði og öryggi á vörum sínum.

97. Texti 2. mgr. varðar upplýsingagjöf. Þar er kallað eftir því að fyrirtæki veiti upplýsingar sem nægja neytendum til að taka upplýstar ákvarðanir. Upplýsingar sem eru veittar á netinu ættu að vera sérsniðnar og aðlagaðar að aðgangsleið neytandans. Þetta myndi fela í sér upplýsingar um fjárhagslega áhættu í tengslum við vörur, þar sem við á. Enn fremur er fyrirtækjum í sumum tilfellum lagalega skylt að veita upplýsingar á þann hátt sem gerir neytendum kleift að gera beinan samanburð á vörum og þjónustu (t.d. verð á einingu). Þar sem bein löggjöf er ekki fyrir hendi eru fyrirtæki hvött til að veita upplýsingar í samskiptum við neytendur á þann hátt sem auðveldar samanburð á vörum og þjónustu og gerir þeim kleift að ákvarða hver heildarkostnaður vöru verður. Tekið skal fram að það sem telst „fullnægjandi" getur breyst með tímanum og fyrirtæki ættu að bregðast við þessum breytingum. Allar fullyrðingar fyrirtækja um vörur eða umhverfis- eða samfélagsmál ættu að byggjast á fullnægjandi gögnum og, eftir því sem við á, viðeigandi prófunum og sannprófun. Fullyrðingar geta átt við bæði um framleiðsluferli vöru eða þjónustu og eiginleika sjálfrar vörunnar eða þjónustunnar. Í ljósi vaxandi áhuga neytenda á umhverfis- og samfélagsmálum og sjálfbærri neyslu, ætti að veita upplýsingar um umhverfislega eða samfélagslega eiginleika vara og þjónustu, eftir því sem við á. Þetta gætu verið upplýsingar um orkunýtni og hversu auðvelt er að endurvinna og gera við vörur og endingu þeirra, sjálfbærnieiginleika fjármálaafurða og -þjónustu eða, t.d. þegar matvæli eiga í hlut, upplýsingar um landbúnaðarhætti eða næringargildi.

98. Neytendur taka í auknum mæli tillit til viðskiptahátta þegar þeir taka ákvörðun um kaup. Fyrirtæki eru því hvött til að gera upplýsingar aðgengilegar um framtaksverkefni sem þau hafa staðið að til að samþætta samfélagsleg sjónarmið og umhverfissjónarmið við fyrirtækjarekstur sinn og styðja sjálfbæra neyslu að öðru leyti. III. kafli *viðmiðunarreglnanna* um upplýsingagjöf skiptir máli í þessu samhengi. Fyrirtæki eru því hvött til að koma á framfæri gildisyfirlýsingum eða yfirlýsingum um viðskiptahætti við

almenning, þ.m.t. upplýsingum um samfélagslegar, siðferðilegar og umhverfislegar stefnur fyrirtækis og aðrar siðareglur sem fyrirtækið hefur samþykkt. Fyrirtæki eru hvött til að gera þessar upplýsingar aðgengilegar á látlausu máli og tryggja að allar fullyrðingar varðandi umhverfis- eða samfélagslegan árangur séu réttar. Aukning í fjölda fyrirtækja sem tilkynna á þessum sviðum og miðun upplýsinga við neytendur væri kærkomin.

99. Texti 3. mgr. endurspeglar orðalag sem er notað í *Tilmælum um lausn og úrlausn deilumála á sviði neytendamála (e. Recommendation on Consumer Dispute Resolution and Redress)* [OECD/LEGAL/0356]. Tilmælin koma á ramma til að þróa skilvirkar aðferðir til að taka á kvörtunum frá neytendum, að meðtöldum fjölda aðgerða sem atvinnugrein getur gripið til í þessu tilfelli. Tekið er fram að það fyrirkomulag sem mörg fyrirtæki hafa komið á til að leysa deilumál á sviði neytendamála hafi hjálpað til við að auka tiltrú og ánægju neytenda. Þetta fyrirkomulag getur veitt framkvæmanlegri lausnir við kvörtunum en lögsóknir, sem geta verið dýrar, erfiðar og tímafrekar fyrir alla þá sem hlut eiga að máli. Til þess að þetta fyrirkomulag utan dómstóla skili árangri þurfa neytendur hins vegar að vera meðvitaðir um það sé til staðar og að þeir muni njóta góðs af leiðbeiningum um hvernig leggja beri fram kvartanir, sérstaklega ef kröfur snúast um viðskipti yfir landamæri eða margþætt viðskipti.

100. Texti 4. mgr. varðar villandi, blekkjandi, sviksamlega og aðra óréttmæta viðskiptahætti. Forðast ætti slíka viðskiptahætti þar sem þeir geta valdið röskun á markaði, á kostnað bæði neytenda og ábyrgra fyrirtækja.

101. Texti 5. mgr. varðar neytendafræðslu, sem hefur fengið meira vægi með vaxandi flækjustigi margra markaða og vara. Ríki, neytendasamtök og mörg fyrirtæki hafa viðurkennt að þetta er sameiginleg ábyrgð og að þau geti gegnt mikilvægu hlutverki hvað þetta varðar. Erfiðleikarnir sem neytendur hafa lent í við mat á flóknum afurðum á fjármálamörkuðum og öðrum sviðum hafa undirstrikað mikilvægi þess að hagsmunaaðilar vinni saman að því að efla fræðslu sem miðar að því að bæta ákvarðanatöku neytenda.

102. Í 6. mgr. er fjallað um persónuupplýsingar. Aukin söfnun og notkun persónuupplýsinga hjá fyrirtækjum getur haft í för með sér mikla áhættu fyrir friðhelgi einkalífs neytenda og heilsu þeirra. Vernd persónuupplýsinga neytenda, þ.m.t. gagnaöryggi, er því afar mikilvæg.

103. Í 7. mgr. er undirstrikað mikilvægi þess að fyrirtæki vinni með opinberum yfirvöldum að því að koma í veg fyrir og berjast gegn villandi markaðsaðferðum á skilvirkari hátt. Einnig er kallað eftir samstarfi til að draga úr eða koma í veg fyrir áhættu fyrir lýðheilsu og almannaöryggi og umhverfið. Þetta tekur til áhættu sem tengist förgun á vörum, sem og neyslu þeirra og notkun. Þetta endurspeglar viðurkenningu á mikilvægi þess að huga að og stjórna áhættu fyrir öryggi vara á öllum endingartíma þeirra, einkum á hönnunar-, framleiðslu-, dreifingar-, notkunar- og förgunarstigum.

104. Í 8. mgr. eru fyrirtæki hvött til að taka tillit til aðstæðna viðkvæmra og illa settra neytenda við markaðssetningu á vörum og þjónustu. Illa settir eða viðkvæmir neytendur eru tilteknir neytendur eða flokkar neytenda, sem vegna persónulegra eiginleika eða aðstæðna (eins og aldurs, andlegrar eða líkamlegrar getu, menntunar, tekna, tungumáls eða afskekktrar staðsetningar) gætu átt í tilteknum erfiðleikum með að athafna sig á upplýsingafrekum og hnattvæddum mörkuðum dagsins í dag. Málsgreinin undirstrikar einnig vaxandi mikilvægi notkunar fartækja við verslun og annars konar rafrænnar verslunar á alþjóðamörkuðum. Ávinningurinn af slíkum viðskiptum er umtalsverður og fer vaxandi. En það er einnig hætta á því að neytendur verði fyrir skaða. Ríki hafa varið umtalsverðum tíma í að skoða leiðir til að tryggja að neytendum sé veitt gagnsæ og skilvirk vernd sem er ekki minni þegar um rafræna verslun er að ræða en sú vernd sem veitt er í hefðbundnari viðskiptum. Því er mikilvægt að fyrirtæki grípi til aðgerða til að draga úr áhættu tengdri rafrænni verslun, svo að verndarstigið verði ekki lægra en það sem er veitt í hefðbundnari tegundum verslunar.

IX. Vísindi, tækni og nýsköpun

Vísindarannsóknir og tækninýjungar hafa knúið framleiðni í öllum geirum, sem og getu fyrirtækja til að framkvæma áreiðanleikakönnun og stuðla að sjálfbærri þróun. Fyrirtæki ættu að stuðla að þróun á nýsköpunarhæfni á staðnum og á landsvísu, eins og við á. Með tilliti til þróunar, fjármögnunar, sölu, leyfisveitingar, verslunar og notkunar tækniþekkingar, þ.m.t. söfnunar og notkunar á gögnum, sem og vísindarannsókna og nýsköpunar ættu fyrirtæki að virða viðmiðunarreglurnar og fara eftir gildandi landslögum og landsbundnum kröfum, að meðtöldum kröfum um friðhelgi einkalífs og persónuvernd og reglugerðir um útflutningseftirlit. Einkum ættu fyrirtæki að:

a) Framkvæma áhættumiðaða áreiðanleikakönnun, eins og lýst er í II. kafla, að því er varðar raunveruleg og hugsanleg neikvæð áhrif sem tengjast vísindum, tækni og nýsköpun.

b) Taka upp, þar sem því verður við komið í atvinnustarfsemi sinni, starfshætti sem auðvelda frjálsa, örugga og skilvirka yfirfærslu tækni og sérþekkingar með skilyrðum sem gagnkvæmt samkomulag er um, og sem auka aðgengi að gögnum og samnýtingu þeirra til að stuðla að vísindalegum uppgötvunum og nýsköpun, að teknu tilhlýðilegu tilliti til verndar hugverkaréttinda, þagnarskyldu, friðhelgi einkalífs, persónuverndar, útflutningseftirlits og jafnræðisreglna.

c) Þegar við á, framkvæma vísinda- og tækniþróunarstarfsemi í gistilöndum til að mæta þörfum á staðbundnum mörkuðum, auk þess að ráða starfsfólk frá gistilandinu í vísinda- og tækniþróunarstarfsemi og hvetja til og styðja við þjálfun þeirra, að teknu tilliti til heilinda, öryggis og viðskiptalegra þarfa.

d) Þegar leyfi eru veitt til notkunar á hugverkarétti eða þegar tækniþekking er yfirfærð á annan hátt af fúsum og frjálsum vilja, gera það samkvæmt skilmálum og skilyrðum sem gagnkvæmt samkomulag er um, með viðeigandi verndarráðstöfunum til að koma í veg fyrir og draga úr neikvæðum áhrifum og á þann hátt sem stuðlar að möguleikum gistilandsins til sjálfbærrar þróunar til lengri tíma litið og virðir reglur um útflutningseftirlit.

e) Þar sem við á fyrir viðskiptaleg markmið, þróa tengsl við staðbundnar æðri menntastofnanir og opinberar rannsóknarstofnanir og taka þátt í samvinnurannsóknarverkefnum með staðbundnum atvinnugreinum eða atvinnugreinasamtökum, að meðtöldum litlum og meðalstórum fyrirtækjum og borgaralegum samtökum. Slík samvinna ætti að taka tillit til skilvirkrar áhættustýringar, siðferðilegra álitamála, þjóðaröryggissjónarmiða, gildandi laga og sjónarmiða hagsmunaaðila. Hún ætti einnig að viðurkenna gildi opinna vísinda og virða öryggisráðstafanir til að varðveita akademískt frelsi, sem og sjálfræði í rannsóknum og vísindum.

f) Við söfnun, samnýtingu og notkun gagna, auka gagnsæi aðgangs að gögnum og samnýtingarfyrirkomulagi og hvetja til þess, í gegnum gagnagildingarferlið, að teknir séu upp ábyrgir gagnastjórnunarhættir sem uppfylla staðla og skyldur sem eiga við, eru almennt viðurkenndir eða samþykktir meðal þátttökuríkja sem styðja *viðmiðunarreglurnar*, að meðtöldum siðareglum, siðfræðilegum meginreglum, reglum varðandi misnotkun og þvingun neytenda og reglum um friðhelgi einkalífs og gagnavernd.

g) Fyrirtæki ættu að styðja, eftir því sem aðstæður þeirra leyfa, samvinnuverkefni á viðeigandi vettvangi til að stuðla að opnu, gjaldfrjálsu, alþjóðlegu, samvirkandi, áreiðanlegu, aðgengilegu, hagkvæmu, öruggu og álagsþolnu neti, þ.m.t. með því að virða tjáningarfrelsi, frelsi til að koma saman með friðsömum hætti og félagafrelsi á netinu, og í samræmi við þau málefni sem fjallað er um í *viðmiðunarreglunum*.

Athugasemdir við IX. kafla: Vísindi, tækni og nýsköpun

105. Þróun, leyfisveiting, sala, verslun og notkun tækniþekkingar hefur mikil áhrif á þau málefni sem fjallað er um í viðmiðunarreglunum, þ.m.t. sjálfbæra þróun, mannréttindi, efnahagslega þátttöku, gæði lýðræðis, félagslega samheldni, loftslagsbreytingar, alþjóðlegt viðskipta- og vinnulandslag og hreyfingar á markaði. Vísindarannsóknir og tækninýjungar hafa knúið framleiðni í öllum geirum, sem og getu fyrirtækja til að framkvæma áreiðanleikakönnun og stuðla að sjálfbærri þróun, en geta einnig tengst áskorunum og neikvæðum áhrifum.

106. Í ljósi þess að þetta efnisatriði er í þróun og þeirrar staðreyndar að það snertir á mörgum málefnum er umfangi þessa kafla ætlað að vera víðtækt og ná yfir allt til að tryggja áframhaldandi mikilvægi hans í tengslum við áhættu sem tengist framtíðarþróun í vísindum, tækni og nýsköpun.

107. Í þekkingarmiðuðu og hnattrænu hagkerfi er getan til að fá aðgang að og nýta sér tækniþekkingu, gögn og sérþekkingu nauðsynleg til að bæta frammistöðu fyrirtækis. Slíkur aðgangur er einnig mikilvægur til hagnýtingar árangurs af tæknilegum framförum í öllu hagkerfinu, þ.m.t. framleiðniaukningu og atvinnusköpun, í tengslum við sjálfbæra þróun.[3] Fjölþjóðleg fyrirtæki eru mikilvæg leið fyrir tækniyfirfærslu yfir landamæri. Þau geta stuðlað að innlendri nýsköpunarhæfni gistilanda með því að búa til, dreifa og jafnvel auðvelda notkun á nýrri tækniþekkingu hjá innlendum fyrirtækjum og stofnunum. Rannsóknir og þróunarstarfsemi fjölþjóðlegra fyrirtækja og fjárfestingar í nýrri tækni geta hjálpað til við að auka efnahagslegar og félagslegar framfarir í gistilöndum þeirra, þegar þau eru vel tengd innlendu nýsköpunarkerfi. Einnig eykur þróun á öflugu nýsköpunarkerfi í gistilandinu viðskiptatækifæri fyrir fjölþjóðleg fyrirtæki.

108. Kaflinn miðar því að því að stuðla að útbreiðslu meðal fjölþjóðlegra fyrirtækja á ávöxtum rannsókna og þróunarstarfsemi í löndunum þar sem þau starfa og stuðla þar með að nýsköpunarhæfni gistilandanna, innan þeirra marka sem efnahagsleg hagkvæmni og samkeppnistengdir þættir setja og í samræmi við friðhelgi einkalífs, gagnavernd, öryggi, hugverkavernd og þagnarskyldu. Í þessu sambandi getur efling á útbreiðslu tækniþekkingar tekið til markaðssetningar á vörum og þjónustu sem felur í sér nýja tækniþekkingu, leyfisveitingu á nýjungum í ferlum, ráðningu og þjálfun vísinda- og tæknistarfsfólks og þróun rannsókna- og þróunarsamvinnuverkefna. Við sölu eða afnotaleyfi tækniþekkingar ætti ekki aðeins að ríkja gagnkvæmt samkomulag um skilmála og skilyrði, heldur ættu fjölþjóðleg fyrirtæki að huga að þróunarlegum, umhverfislegum og samfélagslegum áhrifum tækninnar til lengri tíma litið. Í starfsemi sinni geta fjölþjóðleg fyrirtæki komið á og bætt nýsköpunarhæfni alþjóðlegra dótturfélaga, undirverktaka og annarra aðila sem þau eiga í viðskiptasambandi við. Auk þess geta fjölþjóðleg fyrirtæki vakið athygli á mikilvægi staðbundinna vísinda- og tæknilegra grunnvirkja, bæði efnislegra og innan stofnana. Í þessu sambandi geta fjölþjóðleg fyrirtæki lagt sitt af mörkum til að gistiríki móti stefnuramma sem stuðla að þróun öflugra nýsköpunarkerfa.

109. Hér er litið á vísindi sem m.a. rannsóknir og athuganir. Með tækniþekkingu er hér átt við stafræna tækni, óstafræna tækni og stafræna þjónustu, sem og stafræn vistkerfi sem auðvelda þróun þeirra og notkun. Hér er litið á nýsköpun sem ferlið við að þróa nýja eða endurbætta vöru, þjónustu eða ferli í þeim tilgangi að gera hana aðgengilega mögulegum notendum eða koma henni í notkun hjá fyrirtækinu.

---

[3] Ákvæði 7. mgr. eru með fyrirvara um stöður sem ríki gegna á sviði rafrænna viðskipta hjá Alþjóðaviðskiptastofnuninni. Ætlunin er ekki að horfa framhjá öðrum mikilvægum stefnuhagsmunum sem kunna að tengjast netnotkun og taka þarf tillit til. Sum lönd hafa vísað til Túnis-áætlunarinnar um upplýsingasamfélagið frá 2005 í þessu sambandi.

110. Með gögnum er hér, eins og í viðeigandi tilmælum Efnahags- og framfarastofnunarinnar, átt við skráðar upplýsingar á skipulegu eða óskipulegu sniði, þ.m.t. texta, myndum, hljóði og hreyfimynd. Gagnadrifin nýsköpun og gagnafrek vísindi lofa afar góðu um að takast á við stórar samfélagslegar áskoranir. Framtaksverkefni í opnum vísindum og aðgangur að gögnum hafa haft víðtæk áhrif á samanburðarnákvæmni vísindalegra niðurstaðna, útbreiðslu þekkingar í samfélaginu, þverfaglega samvinnu, auðlindanýtni, framleiðni og samkeppnishæfni. Gagnaflæði yfir landamæri er afar mikilvægt til að styðja alþjóðleg viðskipti, upplýsingaskipti og þekkingarmiðlun til að brúa stafrænar gjár og sjálfbærni. Ákvæði 2. mgr. styrkja þessi atriði en viðurkenna einnig hættu á þjófnaði, sem og óábyrga miðlun og notkun gagna sem geta grafið undan friðhelgi einkalífs einstaklinga og valdið hugsanlegri þjóðaröryggishættu. Fyrirtæki í gagnavistkerfinu, að meðtöldum gagnahöfum, gagnaframleiðendum og gagnamilliliðum, eins og skilgreint er í *Tilmælum um að auka aðgang að og miðlun gagna* [OECD/LEGAL/0463], eru hvött til að huga að tilmælum um ábyrgan aðgang að gögnum, samnýtingu og notkun eins og lýst er í umræddum tilmælum, sem leitast við að tryggja innleiðingu á ráðstöfunum við áhættustjórnun með gagnagildingarferlinu, þ.m.t. ráðstöfunum sem nauðsynlegar eru til að vernda trúnað, heilindi, öryggi og aðgengileika gagna, einkum í tengslum við stjórnun líffræðilegra gagna eins og DNA, og við birtingu gagna til löggæsluyfirvalda og annarra ríkisstofnana.

111. Í 4. mgr. er væntingum til fyrirtækja ætlað að vera hlutfallslegar til að forðast skilmála og skilyrði sem hafa í för með sér ófyrirséðar afleiðingar. Fyrirtæki ættu einnig að reyna að greina aðstæður þar sem tilteknir aðilar gætu reynt að hagnast á tækniyfirfærslu til að misnota borgaralega tækni.

112. Í samræmi við II. kafla mun eðli og umfang áreiðanleikakannana vegna neikvæðra áhrifa í tengslum við vísindi, tækniþekkingu og nýsköpun ráðast af aðstæðum tiltekinnar stöðu og fela í sér áhættumiðaða forgangsröðun. Þetta ætti einnig að taka tillit til þekktra eða fyrirsjáanlegra aðstæðna í tengslum við notkun vöru eða þjónustu sem er veitt í samræmi við fyrirhugaðan tilgang sinn, eða við aðstæður þar sem óviðeigandi notkun eða misnotkun er fyrirsjáanleg, en það getur haft neikvæð áhrif.

113. Fyrirtæki sem taka þátt í þróun á nýrri tækni eða nýjum nýtingarleiðum fyrirliggjandi verkfæra ættu að sjá fyrir, að því marki sem hægt er, og, eins og við á, takast á við siðferðilegar, lagalegar, atvinnutengdar, félagslegar og umhverfislegar áskoranir sem ný tækni skapar um leið og þau stuðla að ábyrgri nýsköpun og taka þátt í samtali og upplýsingaskiptum við staðbundin eftirlitsyfirvöld og fulltrúa launþega. Auk þess, og eins og stutt er í innleiðingu á tilmælum í viðmiðunarreglunum, eru fyrirtæki hvött til að íhuga fyrirliggjandi leiðbeiningar um nýsköpunarferlið, að meðtöldum viðeigandi stöðlum Efnahags- og framfarastofnunarinna á sviði gervigreindar og taugatækni, þ.m.t. *Tilmælum um gervigreind* [OECD/LEGAL/0449] og *Tilmælum um sköpun í taugatækni* [OECD/LEGAL/0457].

114. Stafrænt öryggi er sameiginleg ábyrgð allra hagsmunaaðila, þ.m.t. fyrirtækja, viðskiptavina og ríkja. Stafræn öryggisatvik, eins og óheimilaður aðgangur að kerfum eða hugbúnaði, reikningar í hættu, tap eða þjófnaður á gögnum eða truflun á upplýsingatæknitilföngum geta skaðað fyrirtæki, ríki og einstaklinga með því að grafa undan tiltækileika, heilindum og/eða leynd gagna þeirra, upplýsingakerfa og -netkerfa. Fyrirtæki ættu að stunda stafræna öryggisáhættustjórnun á þann hátt sem er í samræmi við aðra kafla viðmiðunarreglnanna. Meginreglur um sjálfgefna persónuvernd, notkun á sterkri dulkóðun, samskiptareglur um leyfi og aðgangsstýringu og aðrar bestu starfsvenjur geta dregið úr ógnum og minnkað skaða. Fyrirtæki ættu einnig að taka tillit til viðeigandi staðla Efnahags- og framfarastofnunarinnar á sviði gagna.

115. Í allri starfsemi sem snýr að þátttöku barna og ungmenna í eða viðveru þeirra í stafrænu umhverfi ættu fyrirtæki að hafa, eins og við á, hagsmuni barnsins í fyrirrúmi og tilgreina í áreiðanleikakönnun sinni hvernig hægt sé að virða réttindi barna og ungmenna og vernda og stuðla að velferð barna og ungmenna í stafrænu umhverfi og gera viðeigandi ráðstafanir til þess, sem eru í samræmi við *Tilmæli um börn í stafrænu umhverfi* [OECD/LEGAL/0389] og *Viðmiðunarreglur OECD um veitendur stafrænnar þjónustu*.

X. Samkeppni

Fyrirtæki ættu að:

116. Sinna starfsemi sinni á þann hátt sem er í samræmi við öll gildandi samkeppnislög og -reglur, að teknu tilliti til samkeppnislaga allra lögsagnarumdæma þar sem starfsemin getur haft samkeppnishamlandi áhrif.

117. Forðast að gera eða framkvæma samkeppnishamlandi samninga við keppinauta, þ.m.t. samkomulög um að:

a) fastsetja verð,

b) gera fölsk tilboð (samráðstilboð),

c) koma á takmörkunum á framleiðslu eða kvótum, eða

d) deila eða skipta mörkuðum með því að úthluta viðskiptavinum, birgjum, landsvæðum eða verslunargreinum.

118. Starfa með rannsakandi samkeppnisyfirvöldum með því, m.a., og með fyrirvara um gildandi lög og viðeigandi verndarráðstafanir, að veita svör eins skjótt og ítarlega og hægt er við beiðnum um upplýsingar og að teknu tilliti til notkunar á tiltækum gerningum, svo sem undanþágu frá trúnaðarkvöð eftir því sem við á, til að stuðla að árangursríkri og skilvirkri samvinnu milli rannsóknaryfirvalda.

119. Efla þekkingu starfsfólks reglulega á mikilvægi þess að farið sé að öllum gildandi samkeppnislögum og -reglugerðum og þá sérstaklega að þjálfa framkvæmdastjórn fyrirtækisins í tengslum við samkeppnismál.

Athugasemdir við X. kafla: Samkeppni

120. Í þessum tilmælum er lögð áhersla á mikilvægi samkeppnislaga og -reglugerða fyrir skilvirkan rekstur á bæði innlendum og alþjóðlegum mörkuðum og áréttað mikilvægi þess að innlend og fjölþjóðleg fyrirtæki fari að þessum lögum og reglugerðum. Jafnframt er leitast við að tryggja að öll fyrirtæki séu meðvituð um þróun varðandi umfang, úrræði og viðurlög samkeppnislaga og umfang samvinnu milli samkeppnisyfirvalda. Hugtakið „samkeppnislög“ er notað yfir lög, bæði lög um „auðhringjavarnir“ og „varnir gegn einokun“ sem banna jöfnum höndum: a) samkeppnishamlandi samninga, b) misnotkun á markaðsstyrk eða -yfirráðum, c) öflun markaðsstyrks eða -yfirráða með öðrum hætti en skilvirkri frammistöðu, eða d) verulega minnkun á samkeppni eða umtalsverða hindrun á virkri samkeppni með samruna eða yfirtöku.

121. Almennt séð banna samkeppnislög og -stefnur: a) harðsvíraða einokunarhringi, b) aðra samkeppnishamlandi samninga, c) samkeppnishamlandi háttsemi sem nýtir eða eykur markaðsyfirráð eða markaðsstyrk, og d) samkeppnishamlandi samruna og yfirtökur. Samkvæmt *Tilmælum um árangursríkar aðgerðir gegn harðsvíruðum einokunarhringjum* [OECD/LEGAL/0452], mynda samkeppnishamlandi samningar, sem um getur í a-lið, harðsvíraða einokunarhringi en tilmælin taka tillit til mismunandi lagaákvæða aðildarríkja, þ.m.t. mismunandi undanþágum eða ákvæðum laga sem heimila undantekningu eða heimild fyrir starfsemi sem kynni annars að vera bönnuð. Með tilmælunum í þessum *viðmiðunarreglum*

er ekki lagt til að fyrirtæki ættu að sleppa því að nýta sér slíkar lagalegar undanþágur eða ákvæði. Flokkarnir í b- og c-lið eru almennari, þar sem áhrif annars konar samninga og einhliða athæfis eru óljósari og minna sammæli er um hvað ætti að teljast samkeppnishamlandi.

122. Markmið samkeppnisstefnu er að stuðla að almennri velferð og hagvexti með því að efla markaðsaðstæður þar sem eðli, gæði og verð á vörum og þjónustu ráðast af samkeppnismiðuðum markaðsöflum. Auk þess að gagnast neytendum og efnahag lögsögu í heild sinni, verðlaunar slíkt samkeppnisumhverfi fyrirtækjum sem bregðast skilvirkt við eftirspurn neytenda. Fyrirtæki geta lagt sitt að mörkum til þessa ferlis með því að veita upplýsingar og ráð þegar ríki íhuga lög og stefnur sem gætu dregið úr skilvirkni eða dregið á annan hátt úr samkeppnishæfni markaða.

123. Fyrirtæki ættu að hafa í huga að enn er verið að setja samkeppnislög og að það er sífellt algengara að lögin banni samkeppnishamlandi starfsemi sem á sér stað erlendis ef hún hefur samkeppnishamlandi áhrif á innlenda neytendur. Þar að auki auka viðskipti og fjárfestingar yfir landamæri líkurnar á því að samkeppnishamlandi háttsemi sem á sér stað innan einnar lögsögu hafi neikvæð áhrif innan annarra lögsagnarumdæma. Fyrirtæki ættu því að taka mið af bæði lögum þess lands sem þau starfa innan og laga allra landa þar sem líklegt er að áhrifa af háttsemi þeirra verði vart.

124. Að lokum ættu fyrirtæki að viðurkenna að samkeppnisyfirvöld eru farin að taka þátt í meiri og nánari samvinnu við að rannsaka og takast á við samkeppnishamlandi starfsemi. Sjá almennt: viðeigandi staðla Efnahags- og framfarastofnunarinnar á sviði samkeppnisstefnu. Greiði fyrirtæki fyrir samvinnu milli yfirvalda, þegar samkeppnisyfirvöld í fleiri lögsagnarumdæmum skoða sömu háttsemi, stuðlar það að samræmdri og traustri ákvarðanatöku og samkeppnisúrræðum með minni tilkostnaði fyrir ríki og fyrirtæki.

125. Þó að fyrirtækin og þau samstarfsverkefni sem þau taka þátt í ættu að gera ráðstafanir að fyrra bragði til að öðlast skilning á samkeppnismálum innan lögsögu sinnar og forðast starfsemi sem gæti falið í sér brot á samkeppnislögum er í eðli sínu ekki togstreita á milli framtaksverkefna innan trúverðugra ábyrgra viðskiptahátta og tilgangs samkeppnislaga og almennt brýtur samstarf í slíkum framtaksverkefnum ekki í bága við slík lög.

126. Með hliðsjón af landsbundnu samhengi geta fyrirtæki heyrt undir samkeppnislög við kaup á vinnuafli af launafólki, á svipaðan hátt og við kaup á öðrum vörum og þjónustu. Harðari viðurlögum kann að vera beitt í slíkum tilvikum, ef um er að ræða leynilegt samráð milli vinnuveitenda um laun (samráð um laun) og ráðningaraðferðir (svo sem samkomulag um bann við að lokka eða ráða starfsfólk hvors annars). Fyrirtæki ættu því að tryggja að þau fari að gildandi lögum í ráðningar- og atvinnustefnum sínum og við skipulagningu á samrunum og yfirtökum.

XI. Skattlagning

a) Mikilvægt er að fyrirtæki leggi sitt af mörkum til fjármála hins opinbera í gistilöndum með því að greiða skattskuldir sínar tímanlega. Einkum ættu fyrirtæki að hlíta bæði bókstaf og anda skattalaga og -reglugerða í löndunum þar sem þau starfa. Að hlíta anda laganna þýðir að átta sig á og fara að fyrirætlan löggjafans. Samkvæmt slíkri túlkun þarf fyrirtækið ekki að greiða meira en þá fjárhæð sem henni er lagalega skylt að greiða. Fylgni við skattareglur felur í sér ráðstafanir eins og að veita viðeigandi yfirvöldum tímabærar upplýsingar sem skipta máli eða er krafist að lögum til að hægt sé að fá rétta ákvörðun skatta sem á að reikna í tengslum við rekstur þeirra og samræma aðferðir milliverðlagningar við armslengdarregluna.

b) Fyrirtæki ættu að meðhöndla skattastjórnun og fylgni við skattareglur sem mikilvæga þætti í eftirliti sínu og víðtækari áhættustjórnunarkerfum. Einkum ættu stjórnir fyrirtækja að samþykkja skattáhættustýringaráætlanir til að tryggja að fjárhagsleg áhætta, eftirlitsáhætta og orðsporsáhætta sem tengjast skattlagningu sé fyllilega skilgreind og metin.

Athugasemdir við XI. kafla: Skattlagning

127. Þegnskapur fyrirtækja á sviði skattlagningar felur í sér að fyrirtæki eigi að hlíta bæði bókstaf og anda skattalaga og -reglugerða í öllum löndum þar sem þau starfa, eiga í samstarfi við yfirvöld og gera upplýsingar sem skipta máli eða er krafist samkvæmt lögum aðgengilegar. Fyrirtæki fer að anda skattalaga og -reglugerða ef það gerir eðlilegar ráðstafanir til að ákvarða fyrirætlan löggjafans og túlkar skattareglurnar í samræmi við þá fyrirætlan í ljósi orðalags löggjafarinnar og viðeigandi samtímalöggjafarsögu. Ekki ætti að byggja viðskipti upp á þann hátt að þau hafi skattalegar niðurstöður sem eru í ósamræmi við undirliggjandi efnahagslegar afleiðingar af viðskiptunum, nema til sé sérstök löggjöf sem ætlað er að gefa þá niðurstöðu. Í því tilviki ætti fyrirtæki að hafa gilda ástæðu til að ætla að viðskiptin séu byggð upp á þann hátt að það gefi fyrirtækinu skattalega niðurstöðu sem er ekki andstæð fyrirætlan löggjafans.

128. Fylgni við skattareglur felur einnig í sér samstarf við skattyfirvöld og að þær upplýsingar séu veittar sem þau þurfa til að tryggja skilvirka og sanngjarna beitingu skattalaga. Slíkt samstarf ætti að fela í sér að brugðist sé tímanlega og heildstætt við beiðnum lögbærs yfirvalds um upplýsingar, samkvæmt ákvæðum samningum um skattamál eða samnings um skipti á upplýsingum. Hins vegar er þessi skuldbinding um að veita upplýsingar ekki án takmarkana. Einkum gera *viðmiðunarreglurnar* tengingu á milli þeirra upplýsinga sem ætti að veita og mikilvægis þeirra fyrir fullnustu gildandi skattalaga. Þetta viðurkennir nauðsyn þess að jafna álagið á fyrirtæki við að fara að gildandi skattalögum og að skattyfirvöld hafi heildstæðar, tímabærar og nákvæmar upplýsingar til að gera þeim kleift að framfylgja skattalögum sínum.

129. Skuldbindingar fyrirtækja um samstarf, gagnsæi og fylgni við skattareglur ætti að endurspeglast í áhættustjórnunarkerfum, skipulagi og stefnum. Þegar um er að ræða félög með félagsform fyrirtækja eru stjórnir þeirra í aðstöðu til að hafa eftirlit með skattaáhættu á ýmsa vegu. Til dæmis ættu stjórnir fyrirtækja að þróa viðeigandi meginreglur um skattastefnu með virkum hætti, sem og koma á innri skatteftirlitskerfum þannig að aðgerðir stjórnenda séu í samræmi við sjónarmið stjórnar að því er varðar skattaáhættu. Stjórnin ætti að vera upplýst um alla hugsanlega verulega skattaáhættu og ákveðinn aðili ætti að bera ábyrgð á að sinna innri skattaeftirlitsstörfum og skýrslugjöf til stjórnar. Alhliða áhættustýringaráætlun sem felur í sér

skatta mun gera fyrirtækinu kleift að starfa ekki aðeins sem góður fyrirtækjaþegn heldur einnig að stjórna skattaáhættu á skilvirkan hátt, sem getur komið í veg fyrir mikla fjárhagslega áhættu, eftirlitsáhættu og orðsporsáhættu fyrir fyrirtæki.

130. Gagnsæi skatta styður við heilindi í skattkerfi lands og er mikilvæg leið til að tryggja og sýna fram á að fyrirtæki hlíti bókstaf og anda skattalaga. Aðili að fjölþjóðlegri fyrirtækjasamstæðu í einu landi getur átt víðtæk efnahagstengsl við aðila í sömu fjölþjóðlegu fyrirtækjasamstæðu í öðrum löndum. Slík tengsl geta haft áhrif á skattskuld hvors aðilans fyrir sig. Því gætu skattyfirvöld þurft á upplýsingum að halda sem eiga uppruna utan lögsögu þeirra til að geta metið þessi tengsl og ákvarðað skattskuld aðila í fjölþjóðlegri fyrirtækjasamstæðu innan lögsögu sinnar. Aftur takmarkast þær upplýsingar sem veita skal við þær sem skipta máli eða er krafist samkvæmt lögum fyrir það mat sem ætlað er að gera á þessum efnahagstengslum í þeim tilgangi að ákvarða rétta skattskuld aðila í fjölþjóðlegri fyrirtækjasamstæðu. Fjölþjóðleg fyrirtæki ættu að vinna saman að því að veita þessar upplýsingar. Nokkrar aðgerðir verkefnis *Efnahags- og framfarastofnunarinnar og G20-hópsins, Heildarrammi um rýrnun skattstofns og tilfærslu hagnaðar (BEPS),* miðast við að bæta gagnsæi, s.s. með gerð og skiptum á landsbundnum skýrslum (BEPS, aðgerð 13), skyldubundnum skiptum án beiðni á viðeigandi upplýsingum um úrskurði vegna sérstakra skattgreiðenda (BEPS, aðgerð 5) og reglum um lögbundna birtingarskyldu varðandi aðgangsharðar skattlagningaráætlanir (BEPS, aðgerð 12).

131. Milliverðlagning er sérstaklega mikilvægt mál fyrir þegnskap fyrirtækja og skattlagningu. Stóraukin alþjóðaviðskipti og beinar fjárfestingar yfir landamæri (og hið mikilvæga hlutverk sem fjölþjóðleg fyrirtæki gegna í slíkum viðskiptum og fjárfestingum) þýðir að milliverðlagning er mikilvægur mótandi þáttur í skattskuld aðila í fjölþjóðlegum fyrirtækjasamstæðum af því að þau hafa veruleg áhrif á skiptingu skattstofns milli landanna þar sem fjölþjóðlega fyrirtækið starfar. Armslengdarreglan, sem er innifalin í bæði fyrirmynd að samningi Efnahags- og framfarastofnunarinnar (OECD) og fyrirmynd Sameinuðu þjóðanna að tvísköttunarsamningi milli þróaðra landa og þróunarlanda, er alþjóðlega viðurkenndur staðall til að leiðrétta hagnað á milli tengdra fyrirtækja. Beiting armslengdarreglunnar kemur í veg fyrir óviðeigandi tilfærslu á hagnaði eða tapi og lágmarkar hættu á tvísköttun. Rétt beiting hennar krefst þess að fjölþjóðleg fyrirtæki starfi með skattyfirvöldum og afhendi þeim allar þær upplýsingar sem máli skipta eða kveðið er á um samkvæmt lögum um val á þeirri aðferð milliverðlagningar sem notuð er fyrir alþjóðleg viðskipti þeirra og tengdra aðila. Viðurkennt er að oft er erfitt fyrir bæði fjölþjóðleg fyrirtæki og skattyfirvöld að ákvarða hvort milliverðlagning endurspegli armslengdarregluna (eða meginregluna) nægilega vel og að beiting hennar er ekki nákvæm vísindi.

132. Nefnd Efnahags- og framfarastofnunarinnar um skattamál tekst á hendur áframhaldandi vinnu við að þróa tilmæli til að tryggja að milliverðlagning endurspegli armslengdarregluna. Vinna hennar leiddi til útgáfu árið 1995 á *Viðmiðunarreglum Efnahags- og framfarastofnunarinnar fyrir fjölþjóðleg fyrirtæki og skattyfirvöld um milliverðlagningu (viðmiðunarreglur OECD um milliverðlagningu) sem var viðfangsefni Tilmæla um ákvörðun milliverðlagningar milli tengdra fyrirtækja* [OECD/LEGAL/0279] (aðilar að fjölþjóðlegri fyrirtækjasamstæðu myndu yfirleitt falla undir skilgreininguna á tengdum fyrirtækjum). *Viðmiðunarreglur Efnahags- og framfarastofnunarinnar um milliverðlagningu* eru uppfærðar reglulega til að endurspegla breytingar á hnattræna hagkerfinu og reynslu skattyfirvalda og skattgreiðenda af því að fást við milliverðlagningu. Mikilvægt er að tilmæli ráðsins voru endurskoðuð árið 2017 þannig að þau endurspegluðu samþykkt ráðsins á BEPS-pakkanum, til að styrkja áhrif og mikilvægi viðmiðunarreglna um milliverðlagningu utan aðildar að Efnahags- og framfarastofnuninni og til að veita ríkjum og skattgreiðendum meiri skýrleika og réttarvissu varðandi stöðu síðari breytinga á viðmiðunarreglum um milliverðlagningu með því að styðja við tímanlega innleiðingu þeirra. Armslengdarreglan, eins og hún gildir um úthlutun hagnaðar af föstum starfsstöðum í þeim tilgangi að ákvarða réttindi gistiríkis til skattlagningar samkvæmt samningi um skattamál, var viðfangsefni tilmæla ráðs Efnahags- og framfarastofnunarinnar sem samþykkt voru árið 2008.

133. *Viðmiðunarreglur Efnahags- og framfarastofnunarinnar um milliverðlagningu* leggja áherslu á beitingu armslengdarreglunnar til að meta milliverðlagningu tengdra fyrirtækja. Viðmiðunarreglur

Efnahags- og framfarastofnunarinnar um milliverðlagningu miða að því að aðstoða skattyfirvöld (bæði í aðildarlöndum stofnunarinnar og í löndum utan hennar) og fjölþjóðleg fyrirtæki með því að benda á lausnir sem allir aðilar geta sætt sig við og lágmarka með því ágreining meðal skattyfirvalda og milli skattyfirvalda og fjölþjóðlegra fyrirtækja og forðast dýr málaferli. Fjölþjóðleg fyrirtæki er hvött til að fylgja leiðbeiningunum í *Viðmiðunarreglum Efnahags- og framfarastofnunarinnar um milliverðlagningu*, eins og þær hafa verið endurskoðaðar og bætt við þær, til að tryggja að millifærsluverð endurspegli armslengdarregluna.

134. Samfella og samræmi uppbyggingar á alþjóðlegum skatti sem fellur á fjölþjóðlegar fyrirtækjasamstæður voru styrkt enn frekar í gegnum verkefni Efnahags- og framfarastofnunarinnar og G20-hópsins um rýrnun skattstofns og tilfærslu hagnaðar (BEPS). *Marghliða samningur um framkvæmd ráðstafana í tengslum við samninga um skattamál til þess að koma í veg fyrir rýrnun skattstofns og tilfærslu hagnaðar [OECD/LEGAL/0432]* auðveldar sér í lagi framkvæmd fjölda ráðstafana til að takast á við skattundanskot og til að bæta samræmi alþjóðlegra skattareglna, þ.m.t. lágmarksstaðla til að koma í veg fyrir misnotkun samninga og bæta úrlausn deilumála. Árangur þessa kerfis byggist á jákvæðu tengslaneti, samstarfi og gagnkvæmni.

II. hluti: Verklagsreglur um framkvæmd á viðmiðunarreglum Efnahags- og framfarastofnunarinnar fyrir fjölþjóðleg fyrirtæki um ábyrga viðskiptahætti

Ákvörðun ráðsins um viðmiðunarreglur fyrir fjölþjóðleg fyrirtæki um ábyrga viðskiptahætti

RÁÐIÐ,

MEÐ HLIÐSJÓN AF a-lið 5. gr. Samnings um Efnahagssamvinnu- og framfarastofnunina frá 14. desember 1960,

MEÐ HLIÐSJÓN AF *yfirlýsingu Efnahags- og framfarastofnunarinnar um alþjóðlegar fjárfestingar og fjölþjóðleg fyrirtæki („yfirlýsingin")* [OECD/LEGAL/0144], þar sem þau aðildarríki og önnur ríki sem hafa samþykkt hana („þátttökuríki") mælast sameiginlega til þess að fjölþjóðleg fyrirtæki sem starfa á eða frá landsvæðum þeirra virði viðmiðunarreglur fyrir fjölþjóðleg fyrirtæki um ábyrga viðskiptahætti („viðmiðunarreglurnar"),

SEM VIÐURKENNIR að, þar sem starfsemi fjölþjóðlegra fyrirtækja nær um allan heim, ætti alþjóðleg samvinna um málefni sem tengjast yfirlýsingunni að ná til allra landa,

SEM HEFUR Í HUGA að æskilegt er að efla verklagsreglur sem gera ráð fyrir að samráð geti átt sér stað um málefni sem fjallað er um í viðmiðunarreglunum og geta stuðlað að skilvirkni viðmiðunarreglnanna,

Að tillögu fjárfestingarnefndarinnar:

HEFUR ÁKVEÐIÐ EFTIRFARANDI:

I. Landstengiliðir fyrir ábyrga viðskiptahætti

1. Þátttökuríkin skulu setja upp landstengiliði fyrir ábyrga viðskiptahætti til að auka skilvirkni *viðmiðunarreglnanna.* Landstengiliður fyrir ábyrga viðskiptahætti skal bera ábyrgð á eftirfarandi:

   a) Stuðla að vitneskju um og notkun á *viðmiðunarreglunum*, þ.m.t. með því að svara fyrirspurnum,

   b) Stuðla að úrlausn mála sem upp koma í tengslum við framkvæmd á *viðmiðunarreglunum* í sérstökum tilvikum.

Þar að auki, eftir því sem við á og í samræmi við viðeigandi ríkisstofnanir, geta landstengiliðir fyrir ábyrga viðskiptahætti einnig veitt stjórnvöldum stuðning í framtaki þeirra til að þróa, framkvæma og efla samræmi í stefnum til að stuðla að ábyrgum viðskiptaháttum.

Viðskiptasamfélagið, samtök launþega, önnur frjáls félagasamtök og aðrir hagsmunaaðilar skulu upplýstir um aðgengi að landstengiliðum fyrir ábyrga viðskiptahætti.

2. Landstengiliðir í mismunandi þátttökuríkjum skulu vinna saman, eftir þörfum, að hvers kyns málefnum sem tengjast *viðmiðunarreglunum* og eiga við um starfsemi þeirra. Almenn verklagsregla ætti

að vera að hefja viðræður á landsvísu áður en samband er haft við aðra landstengiliði fyrir ábyrga viðskiptahætti.

3. Landstengiliðir fyrir ábyrga viðskiptahætti skulu hittast reglulega til að deila reynslu og gefa fjárfestingarnefnd skýrslu.

4. Þátttökuríki skulu láta landstengiliðum fyrir ábyrga viðskiptahætti í té mannauð og fjármagn svo að þeir geti uppfyllt skyldur sínar á áhrifaríkan hátt, sem uppfyllir skilvirkniviðmiðanir sem lýst er í verklagsreglunum sem fylgja þessari ákvörðun, að teknu tilliti til innri fjármagnsgetu og aðferða.

5. Þátttökuríkin skulu gera reglubundna endurskoðun á landstengiliðum sínum fyrir ábyrga viðskiptahætti, með fyrirvara um fyrirkomulag sem starfshópur um ábyrga viðskiptahætti hefur samþykkt.

II. Fjárfestingarnefnd og starfshópur um ábyrga viðskiptahætti

1. Fjárfestingarnefndin („nefndin") skal hafa umsjón með framkvæmd á yfirlýsingu um alþjóðlegar fjárfestingar og fjölþjóðleg fyrirtæki. Starfshópur um ábyrga viðskiptahætti skal aðstoða nefndina við að framkvæma I. þátt yfirlýsingarinnar með tilliti til skyldna hennar í tengslum við viðmiðunarreglurnar.

2. Nefndin skal reglulega eða að beiðni þátttökuríkis eiga skoðanaskipti um málefni sem falla undir *viðmiðunarreglurnar* og þá reynslu sem fengist hefur við beitingu þeirra. Nefndin skal reglulega bjóða Ráðgjafarnefnd atvinnulífsins við Efnahags- og framfarastofnunarinnar, Ráðgjafarnefnd stéttarfélaga við Efnahags- og framfarastofnunarinnar („ráðgjafarstofnunum") og OECD-vaktinni, sem og öðrum alþjóðlegum samstarfsaðilum að láta í ljós skoðanir á málum sem falla undir *viðmiðunarreglurnar*. Jafnframt er heimilt að skiptast á skoðunum við þessa aðila að beiðni þeirra.

3. Nefndin skal hafa samskipti við ríki sem ekki eru þátttökuríki um málefni sem falla undir *viðmiðunarreglurnar* til að stuðla að ábyrgum viðskiptaháttum á heimsvísu, í samræmi við *viðmiðunarreglurnar* og til að skapa jöfn samkeppnisskilyrði. Hún skal einnig leitast við að vinna með þeim ríkjum sem ekki eru þátttökuríki en hafa sérstakan áhuga á *viðmiðunarreglunum* og við að kynna meginreglur þeirra og staðla.

4. Nefndin skal bera ábyrgð á nánari útlistun á *viðmiðunarreglunum*. Aðilum sem koma að sérstöku tilviki sem gaf tilefni til beiðni um nánari útlistun skal gefinn kostur á að koma sjónarmiðum sínum á framfæri, annaðhvort munnlega eða skriflega. Nefndin skal ekki draga ályktanir um háttsemi einstakra fyrirtækja.

5. Nefndin skal skiptast á skoðunum um starfsemi landstengiliða fyrir ábyrga viðskiptahætti með það í huga að auka skilvirkni *viðmiðunarreglnanna* og efla virkt jafngildi landstengiliða fyrir ábyrga viðskiptahætti.

6. Nefndin skal reglulega gefa ráðinu skýrslu um málefni sem fjallað er um í *viðmiðunarreglunum*. Í skýrslum sínum skal nefndin taka tillit til skýrslna frá landstengiliðum fyrir ábyrga viðskiptahætti og skoðana ráðgjafarstofnana (Ráðgjafarnefndar atvinnulífsins við Efnahags- og framfarastofnunina og Ráðgjafarnefndar stéttarfélaga við Efnahags- og framfarastofnunina), OECD-vaktarinnar, annarra alþjóðlegra samstarfsaðila og ríkja sem ekki eru þátttökuríki, eins og við á.

7. Nefndin skal, í samstarfi við landstengiliði fyrir ábyrga viðskiptahætti, stuðla með virkum hætti að því að fyrirtæki fari skilvirkt eftir þeim meginreglum og stöðlum sem er að finna í *viðmiðunarreglunum*. Hún skal einkum leita tækifæra til að vinna með ráðgjafarstofnunum (Ráðgjafarnefndar atvinnulífsins við Efnahags- og framfarastofnunina og Ráðgjafarnefndar stéttarfélaga við Efnahags- og framfarastofnunina) OECD-vaktinni, öðrum alþjóðlegum samstarfsaðilum og öðrum hagsmunaaðilum að því að hvetja til jákvæðra framlaga frá fjölþjóðlegum fyrirtækjum, í tengslum við *viðmiðunarreglurnar*, til efnahagslegra, umhverfislegra og félagslegra framfara með það fyrir augum að ná fram sjálfbærni og hjálpa við að bera

kennsl á og bregðast við hættu á neikvæðum áhrifum sem tengjast tilteknum vörum, svæðum, geirum eða atvinnugreinum.

III. Framkvæmd og endurskoðun ákvörðunarinnar

1. Verklagsreglurnar sem fylgja þessari ákvörðun setja fram væntingar, tilmæli og leiðbeiningar sem gilda um þátttökuríki, landstengiliði fyrir ábyrga viðskiptahætti, nefndina og starfshóp um ábyrga viðskiptahætti við framkvæmd þessarar ákvörðunar.

2. Þessi ákvörðun skal endurskoðuð reglulega. Nefndin skal gera tillögur í þessu skyni og starfshópur um ábyrga viðskiptahætti getur þróað og lagt slíkar tillögur fyrir nefndina.

Verklagsreglur

I. Landstengiliðir fyrir ábyrga viðskiptahætti

Hlutverk landstengiliða fyrir ábyrga viðskiptahætti er að stuðla að því að *viðmiðunarreglurnar* séu skilvirkar. Landstengiliðir fyrir ábyrga viðskiptahætti munu starfa á hátt sem er:

a) sýnilegur,
b) aðgengilegur,
c) gagnsær,
d) ábyrgur,
e) óhlutdrægur og sanngjarn,
f) fyrirsjáanlegur og
g) samhæfður við viðmiðunarreglurnar.

Þessar meginreglur samanstanda af helstu skilvirkniviðmiðunum landstengiliða fyrir ábyrga viðskiptahætti. Landstengiliðir fyrir ábyrga viðskiptahætti, að teknu tilliti til sérstakra aðstæðna þeirra, munu sækjast eftir virku jafngildi, sem þýðir að allir landstengiliðir starfa með jafnmikilli skilvirkni, með því að ná helstu skilvirkniviðmiðunum.

A. Stofnanafyrirkomulag

Í samræmi við markmið um virkt jafngildi landstengiliða fyrir ábyrga viðskiptahætti og til að efla skilvirkni viðmiðunarreglnanna, hafa þátttökuríkin sveigjanleika við að skipuleggja landstengiliði sína svo að þeir uppfylli helstu skilvirkniviðmiðanir. Við ákvörðun stofnanafyrirkomulags landstengiliða fyrir ábyrga viðskiptahætti munu ríki leita eftir virkum stuðningi aðila vinnumarkaðarins, eftir atvikum, og annarra hagsmunaaðila, sem og annarra viðeigandi ríkisstofnana.

Til samræmis við það munu landstengiliðir fyrir ábyrga viðskiptahætti:

a) Vera yfirvegaðir, skipulagðir og með nægilegt fjármagn til að skapa skilvirkan grundvöll til að takast á við þau margvíslegu málefni sem fjallað er um í *viðmiðunarreglunum*, hafa aðgang að sérfræðiþekkingu um alla viðeigandi þætti umboðs landstengiliðar fyrir ábyrga viðskiptahætti, starfa á hlutlausan hátt og viðhalda fullnægjandi ábyrgðarstigi gagnvart þátttökuríkinu.

b) Geta notað ólík skipulagsform til að uppfylla helstu skilvirkniviðmiðanir og sækjast eftir virku jafngildi, með mikilvægi þess að viðhalda trausti hagsmunaaðila í huga. Til dæmis getur landstengiliður fyrir ábyrga viðskiptahætti verið háttsettur embættismaður eða ríkisskrifstofu undir forystu háttsetts embættismanns, þverstofnanalegri eða þverráðuneytislegri nefnd sem samanstendur af eða er leidd af háttsettum embættismönnum, stofnun sem er skipuð fulltrúum stjórnvalda, viðskiptasamfélaginu, samtökum launþega og öðrum frjálsum félagasamtökum (mörgum hagsmunaaðilum) og/eða óháðum sérfræðingum. Ríki eru hvött til að hafa fulltrúa úr viðskiptasamfélaginu, samtökum launþega og öðrum frjálsum félagasamtökum í ráðgjafar- eða eftirlitsstofnunum, þar sem það er gagnlegt, til að aðstoða landstengiliði við verkefni sín.

c) Þróa og viðhalda þýðingarmiklum tengslum og eiga samskipti við aðila vinnumarkaðarins, eftir atvikum, sem og fulltrúa viðskiptasamfélagsins, samtök launþega, frjáls félagasamtök og/eða aðra hagsmunaaðila sem geta lagt sitt af mörkum til skilvirkni *viðmiðunarreglnanna*.

B. Upplýsingar og kynning

Landstengiliðurinn mun:

a) Kynna viðmiðunarreglurnar og gera þær aðgengilegar með öllum tiltækum ráðum, þ.m.t. með upplýsingum á netinu og á þjóðtungum. Landstengiliðir fyrir ábyrga viðskiptahætti ættu einnig að stuðla að tengdum leiðbeiningum Efnahags- og framfarastofnunarinnar um áreiðanleikakönnun um ábyrga viðskiptahætti, að teknu tilliti til sérstaks eðlis leiðbeininganna, eins og getið er í 15. gr. athugasemda í II. kafla *viðmiðunarreglnanna*. Upplýsa ætti viðkomandi hagsmunaaðila, að meðtöldum væntanlegum fjárfestum (innanlands og erlendis), um viðmiðunarreglurnar, eins og við á.

b) Auka vitund um viðmiðunarreglurnar, verklagsreglur um framkvæmd þeirra og landstengiliði fyrir ábyrga viðskiptahætti, þ.m.t. með samstarfi, eins og við á, við viðeigandi ríkisstofnanir, viðskiptasamfélagið, samtök launþega, önnur frjáls félagasamtök og hagsmunaaðila meðal almennings.

c) Svara fyrirspurnum um viðmiðunarreglurnar og leiðbeiningar Efnahags- og framfarastofnunarinnar um áreiðanleikakönnun, sem og landstengiliðinn fyrir ábyrga viðskiptahætti sjálfan, þ.m.t. frá:

    a) öðrum landstengiliðum fyrir ábyrga viðskiptahætti,

    b) viðskiptasamfélaginu, samtökum launþega, öðrum frjálsum félagasamtökum og almenningi, og

    c) ríkjum sem ekki eru þátttökuríki.

C. Sérstök tilvik

Í hlutverki sínu sem kvörtunarkerfi utan dómstóla mun landstengiliður fyrir ábyrga viðskiptahætti stuðla að úrlausn mála sem upp koma í tengslum við framkvæmd *viðmiðunarreglnanna* í sérstökum tilvikum, á þann hátt sem er í samræmi við helstu skilvirkniviðmiðanir sem taldar eru upp í þætti I.A. hér að ofan. Landstengiliðir fyrir ábyrga viðskiptahætti munu birta málsmeðferðarreglur, þ.e. verklagsreglur sem þeir fylgja við meðhöndlun sérstakra tilvika, sem verða í samræmi við þessar verklagsreglur. Landstengiliðir eru hvattir til að hafa samráð við hagsmunaaðila sína við að þróa málsmeðferðarreglur. Landstengiliðurinn mun bjóða upp á umræðuvettvang og sérfræðiþekkingu sína um *viðmiðunarreglurnar* til að aðstoða viðskiptasamfélagið, samtök launþega, önnur frjáls félagasamtök og aðra hlutaðeigandi hagsmunaaðila við að leysa þau mál sem upp koma á skilvirkan og tímabæran hátt og í samræmi við gildandi lög og *viðmiðunarreglurnar*. Það fer eftir eiginleikum hvers máls fyrir sig, en þessi aðstoð getur falið í sér að styðja við uppbyggileg skoðanaskipti, sem auðveldar samkomulag milli aðila og/eða birtingu tilmæla. Markmið slíkrar aðstoðar getur falið í sér að efla framkvæmd viðmiðunarreglnanna í framtíðinni og/eða taka á neikvæðum áhrifum á þann hátt sem er í samræmi við *viðmiðunarreglurnar*.

Þegar landstengiliður fyrir ábyrga viðskiptahætti veitir slíka aðstoð mun hann:

a) Ef aðrir landstengiliðir eiga í hlut vegna eiginleika sérstaks tilviks, eiga samtal við þá í góðri trú til að velja hver verður leiðandi tengiliður og hver verður styðjandi.

b) Hafa samráð við aðila sem hlut eiga að máli um þau álitaefni sem upp koma og gera frummat á því hvort þessi álitamál gefi tilefni til frekari skoðunar og svara hlutaðeigandi aðilum.

c) Ef landstengiliður ákveður að þau álitaefni sem upp koma gefi tilefni til frekari skoðunar á grundvelli frummats, bjóða aðstoð til að aðstoða aðila sem hlut eiga að máli við að leysa málin. Í þessu skyni mun landstengiliðurinn hafa samráð við aðilana og þar sem við á:

a) leita ráða hjá viðkomandi yfirvöldum og/eða fulltrúum viðskiptasamfélagsins, samtaka launþega, annarra frjálsra félagasamtaka og viðeigandi sérfræðinga,

b) hafa samráð við landstengiliði í einhverju öðru þátttökuríki eða þátttökuríkjum sem málið varðar,

c) leita upplýsinga um svipuð sérstök tilvik hjá skrifstofu OECD eða leiðbeininga frá starfshóp um ábyrga viðskiptahætti ef hann er í efa um túlkun á *viðmiðunarreglunum*. Slíkar upplýsingar og leiðbeiningar eru ráðgefandi, trúnaðarmál og eiga við um hvert mál fyrir sig og jafngilda ekki skýringum á túlkun á *viðmiðunarreglunum*, sem verða áfram á ábyrgð nefndarinnar, skv. c-lið 2. mgr. II. liðar hér að neðan. Með fyrirvara um tiltækt fjármagn ætti að veita þær með skjótum hætti til að forðast tafir á meðhöndlun máls,

d) Við lok málsmeðferðar og eftir samráð við aðila sem hlut eiga að máli, gera niðurstöður málsmeðferðar aðgengilegar almenningi, að teknu tilliti til þess hversu nauðsynlegt er að vernda viðkvæmar upplýsingar um viðskipti og aðra hagsmunaaðila, með því að birta opinberlega lokayfirlýsingu:

a) þegar landstengiliður fyrir ábyrga viðskiptahætti ákveður að álitaefni sem upp koma gefi ekki tilefni til nánari skoðunar. Yfirlýsingin ætti a.m.k. að lýsa þeim álitaefnum sem upp hafa komið, afstöðu aðilanna eftir því sem við á, þeim skrefum sem landstengiliður hefur tekið við athugun á beiðninni og þátttöku aðila í málsmeðferðinni, sem og ástæðunum fyrir ákvörðun landstengiliðar,

b) þegar aðilarnir hafa náð samkomulagi um þau álitamál sem upp koma. Yfirlýsingin ætti a.m.k. að lýsa þeim álitaefnum sem upp koma, afstöðu aðilanna eftir því sem við á, þeim skrefum sem landstengiliður hefur tekið til að aðstoða aðila og hvenær samkomulagi var náð. Upplýsingar um efni samkomulagsins verða einungis gefnar upp að því leyti sem hlutaðeigandi aðilar samþykkja. Landstengiliður fyrir ábyrga viðskiptahætti getur einnig sett fram tilmæli um framkvæmd *viðmiðunarreglnanna* í yfirlýsingum sínum þegar samkomulagi hefur verið náð, eins og við á,

c) þegar engu samkomulagi er náð eða þegar aðili vill ekki taka þátt í málsmeðferðinni. Þessi yfirlýsing ætti a.m.k. að lýsa þeim álitaefnum sem upp hafa komið, afstöðu aðilanna eftir því sem við á, ástæðum þess að landstengiliður ákvað að þau álitaefni sem upp komu gæfu tilefni til nánari skoðunar og þau skref sem landstengiliður hefur tekið til að aðstoða aðila, þ.m.t. upplýsingar um þátttöku aðila í málsmeðferðinni. Landstengiliður ætti einnig að hafa með tilmæli um framkvæmd *viðmiðunarreglnanna* þar sem við á. Þar sem við á gæti yfirlýsingin einnig falið í sér ástæður þess að samkomulag náðist ekki. Ef það er leyfilegt samkvæmt gildandi lögum og málsmeðferðarreglum landstengiliðar, getur landstengiliður, að eigin ákvörðun, sett sjónarmið sín fram í lokayfirlýsingu sinni um hvort fyrirtæki hafi farið að *viðmiðunarreglunum.*

Landstengiliðurinn mun tilkynna nefndinni og starfshópi um ábyrga viðskiptahætti tímanlega um niðurstöður vegna sérstakra tilvika.

e) þar sem við á þegar sérstöku tilviki hefur verið lokað, fylgja eftir framkvæmd tilmæla eða samkomulagi sem aðilar hafa náð, ef slíkt er til staðar. Landstengiliður fyrir ábyrga viðskiptahætti ætti að gefa út eftirfylgniyfirlýsingu. Í lokayfirlýsingunni ætti einnig ætti að vísa til hvers kyns eftirfylgni sem landstengiliður hyggst hafa að meðtöldum frestum til þess.

f) Starfa af gagnsæi og gera aðilum í sérstökum tilvikum grein fyrir öllum viðkomandi málavöxtum og röksemdum sem aðrir aðilar hafa komið með til landstengiliðarins, einkum á meðan aðstoðinni stendur. Að fenginni réttmætri beiðni frá aðila, t.d. til að vernda viðkvæmar upplýsingar og/eða hagsmuni hagsmunaaðila sem tengjast sérstöku tilviki, getur landstengiliður þó haldið tilteknum upplýsingum leyndum fyrir öðrum aðilum.

g) Upplýsa aðila um að á meðan málsmeðferð stendur eða að henni lokinni sé þeim ekki heimilt að birta almenningi eða þriðja aðila málavexti og röksemdir sem aðrir aðilar eða landstengiliður (þ.m.t., ef við á, utanaðkomandi sáttasemjari eða sáttamiðlari) deildi meðan á málsmeðferðinni stendur sem lýst er í 1.–5. mgr. hér að ofan, nema sá sem deildi upplýsingunum samþykki birtingu þeirra, slíkir málavextir og röksemdir hafi þegar verið birtar opinberlega eða það væri andstætt ákvæðum landslaga að birta þau ekki.

h) Ef vandamál koma upp hjá ríkjum sem ekki eru þátttökuríki, gera ráðstafanir til að þróa skilning á þeim málum sem um ræðir og fylgja þessum verklagsreglum.

i) Í öllu ferlinu ættu landstengiliðir að gera viðeigandi ráðstafanir innan getu sinnar til að takast á við hættuna á refsiaðgerðum gegn aðilum í sérstöku tilviki. Ef þeir verða varir við raunverulegt eða hugsanlegt tilvik um refsiaðgerðir ættu landstengiliðir, að því marki sem hægt er, að styðja viðkomandi aðila við að forðast og draga úr hvers kyns skaða og hafa samband við viðkomandi yfirvöld, í samráði við þann eða þá aðila sem eru í hættu, þar sem hægt er. Ríki ættu einnig að gera viðeigandi ráðstafanir til að vernda landstengilið og aðila hans fyrir refsiaðgerðum.

D. Stuðningur við viðleitni ríkja til að efla ábyrga viðskiptahætti

Til að efla skilvirkni viðmiðunarreglnanna geta landstengiliðir, eftir því sem við á og í samráði við viðeigandi ríkisstofnanir, stutt viðleitni ríkja til að þróa, framkvæma og efla samræmi í stefnum sem miða að því að stuðla ábyrgum viðskiptaháttum. Veiting eða beiðnir um slíkan stuðning ættu að taka tillit til fjármagns landstengiliða og getu þeirra til að uppfylla skuldbindingar sínar, eins og lýst er í I.1. mgr. *ákvörðunarinnar*.

E. Skýrslugjöf

a) Sérhver landstengiliður fyrir ábyrga viðskiptahætti veitir nefndinni og starfshópi um ábyrga viðskiptahætti árlega skýrslu.

b) Skýrslur ættu að innihalda upplýsingar um eðli og niðurstöður starfsemi landstengiliðar, þ.m.t. í sérstökum tilvikum.

F. Jafningjarýni

Þátttökuríkin munu gera reglubundna endurskoðun á landstengilið sínum á vegum skrifstofu OECD, sem leið til að auka skilvirka framkvæmd *viðmiðunarreglnanna*, deila bestu starfsvenjum og efla skilvirkni og virkt jafngildi landstengiliðarins. Starfshópur um ábyrga viðskiptahætti mun samþykkja fyrirkomulag fyrir reglubundna jafningjarýni, þ.m.t. verklagsreglur um framkvæmd jafningjarýni, lengd jafningjarýnislotu og fjármögnunarráðstafanir, og endurskoða það við lok hverrar lotu. Fyrsta lota reglubundinnar jafningjarýni verður aðeins sett af stað þegar slíkt fyrirkomulag hefur verið samþykkt.

II. Fjárfestingarnefnd OECD, starfshópur OECD um ábyrga viðskiptahætti og skrifstofa OECD

1. Nefndin, starfshópur um ábyrga viðskiptahætti og skrifstofa OECD munu fjalla um beiðnir landstengiliða fyrir ábyrga viðskiptahætti um aðstoð við að sinna verkefnum sínum, þ.m.t. ef vafi leikur á um túlkun *viðmiðunarreglnanna* við tilteknar aðstæður, hver í samræmi við sínar skuldbindingar.

2. Nefndin mun, með aðstoð starfshóps um ábyrga viðskiptahætti, með það fyrir augum að auka skilvirkni *viðmiðunarreglnanna* og efla virkt jafngildi landstengiliðanna:

a) fjalla um ársskýrslur landstengiliða eins og lýst er í E-lið I. liðar hér að ofan. Á grundvelli slíkra skýrslna mun starfshópur um ábyrga viðskiptahætti árlega gefa út opinbera skýrslu sem greinir starfsemi landstengiliðanna,

b) fjalla um rökstudda beiðni frá þátttökuríki, ráðgjafarnefnd (Ráðgjafarnefnd atvinnulífsins við Efnahags- og framfarastofnunina eða Ráðgjafarnefnd stéttarfélaga við Efnahags- og framfarastofnunina) eða OECD-vaktinni um athugun á því hvort landstengiliður uppfylli skuldbindingar sínar með tilliti til meðhöndlunar á sérstökum tilvikum. Nefndin mun samþykkja svarið með samhljóða samþykki. Þátttökuríki þess landstengiliðar sem rökstudda beiðnin varðar tekur þátt í ferlinu í góðri trú og ætlast er til þess að það taki þátt í hinu samhljóða samþykki, nema í undantekningartilvikum,

c) íhuga að birta skýringu á túlkun viðmiðunarreglnanna að beiðni þátttökuríkis, ráðgjafarnefndar þátttökuríkis (Ráðgjafarnefndar atvinnulífsins við Efnahags- og framfarastofnunina eða Ráðgjafarnefndar stéttarfélaga við Efnahags- og framfarastofnunina) eða OECD-vaktarinnar. Slík beiðni getur snúið að því hvort landstengiliður hafi túlkað *viðmiðunarreglurnar* rétt í sérstökum tilvikum, en í slíkum málum mun nefndin ekki komast að niðurstöðu um háttsemi stakra fyrirtækja,

d) veita tilmæli, eftir því sem þörf krefur, til að bæta starfsemi landstengiliðar og skilvirka framkvæmd *viðmiðunarreglnanna*. Þegar nefndin ákveður, á grundvelli síðustu tveggja ársskýrslutímabila og að beiðni starfshóps um ábyrga viðskiptahætti, að landstengiliður hafi í langan tíma og án lögmætrar ástæðu, greinilega ekki starfað á þann hátt sem samrýmist þessum *verklagsreglum* getur hún veitt þátttökuríki viðeigandi tilmæli og boðið honum að gefa aftur skýrslu innan ákveðins tímaramma og getur nefndin gert það ítrekað þar til að hún er fullviss um að búið sé að taka á málunum. Nefndin og starfshópur um ábyrga viðskiptahætti munu taka ákvörðun um þessi mál með samhljóða samþykki. Þátttökuríki viðkomandi landstengiliðar mun taka þátt í ferlinu í góðri trú og þess er vænst að hann sé hluti af þessu samhljóða samþykki, nema í undantekningartilfellum,

e) vinna með alþjóðlegum samstarfsaðilum,

f) eiga samskipti við áhugasöm ríki sem eru ekki þátttökuríki um málefni sem falla undir *viðmiðunarreglurnar* og framkvæmd þeirra.

3. Nefndin og starfshópur um ábyrga viðskiptahætti geta leitað eftir og tekið til athugunar ráð frá sérfræðingum um öll þau mál sem falla undir *viðmiðunarreglurnar*. Nefndin ákveður viðeigandi verklagsreglur í þessu skyni.

4. Nefndin og starfshópur um ábyrga viðskiptahætti munu inna skyldur sínar af hendi á skilvirkan og tímanlegan hátt.

5. Skrifstofa OECD mun aðstoða nefndina og starfshóp um ábyrga viðskiptahætti við að inna skyldustörf sín af hendi, sem, samkvæmt heildarleiðbeiningum nefndarinnar og starfshóps um ábyrga viðskiptahætti og með fyrirvara um áætlun fyrirtækisins um vinnu- og fjárhagsáætlun, mun:

a) vera miðpunktur upplýsinga fyrir landstengiliði sem eru með spurningar um kynningu, túlkun og framkvæmd *viðmiðunarreglnanna*. Upplýsingar um túlkun á viðmiðunarreglunum verða veittar í samræmi við c-lið 2. mgr. C-liðar I. liðar hér að ofan,

b) safna og gera aðgengilegar öllum, þ.m.t. með því að styðja starfshóp um ábyrga viðskiptahætti með útgáfu ársskýrslu sem greinir starfsemi landstengiliða skv. a-lið 2. mgr. II. liðar hér að ofan, viðeigandi upplýsingar um nýlega þróun og nýja starfshætti með tilliti til stofnanafyrirkomulags landstengiliða, kynningarstarfsemi og framkvæmdar *viðmiðunarreglnanna* í sérstökum tilvikum. Skrifstofan mun þróa samræmd skýrslusnið til að styðja við stofnun og viðhald á uppfærðum gagnagrunni um sérstök tilvik og framkvæma reglulega greiningu á þessum sérstöku tilvikum,

c) auðvelda jafningjanám, sem og uppbyggingu á getu og þjálfun, einkum fyrir landstengiliði nýrra þátttökuríkja og nýtt starfsfólk landstengiliða, um *viðmiðunarreglurnar* og verklagsreglur um framkvæmd þeirra, svo sem að halda á lofti og greiða fyrir sáttum og málamiðlun,

d) skipuleggja reglubundna jafningjarýni á landstengiliðum eins og fram kemur í F-lið I. liðar hér að ofan,

e) greiða fyrir samstarfi milli landstengiliða eftir því sem við á, og

f) kynna *viðmiðunarreglurnar* á viðeigandi alþjóðavettvöngum og fundum og veita landstengiliðum og nefndinni stuðning í viðleitni sinni til að vekja athygli á *viðmiðunarreglunum* meðal ríkja sem ekki eru þátttökuríki.

III. Ýmislegt

Þessar verklagsreglur gefa ekki tilefni til frekari réttinda eða skyldna samkvæmt alþjóðalögum.

Athugasemdir um verklagsreglur um framkvæmd

1. Ákvörðun ráðsins sýnir skuldbindingu þátttökuríkja til að efla framkvæmd tilmælanna sem er að finna í texta *viðmiðunarreglnanna*. Verklagsreglur fylgja ákvörðun ráðsins og útlista væntingar, tilmæli og aðrar leiðbeiningar fyrir þátttökuríkin, landstengiliði fyrir ábyrga viðskiptahætti, fjárfestingarnefndina (nefndina), starfshóp um ábyrga viðskiptahætti og skrifstofu OECD, án þess að gefa tilefni til aukinna réttinda eða skuldbindinga samkvæmt alþjóðalögum. Væntingar eru gefnar til kynna með „munu". Tilmæli eru gefin til kynna með „ætti" eða „hvetja". Leiðbeiningar eru gefnar til kynna með „kann" eða „getur".

2. Ákvörðun ráðsins setur fram helstu skyldur þátttökuríkja samkvæmt viðmiðunarreglunum að því er varðar landstengiliði fyrir ábyrga viðskiptahætti, sem hér segir:

- Að koma landstengiliðum á fót og upplýsa hagsmunaaðila um framboð á aðstöðu sem tengist *viðmiðunarreglunum*.
- Að gera nauðsynlegan mannauð og fjármagn aðgengilegt.
- Að gera landstengiliðum í ólíkum þátttökuríkjum kleift að starfa saman eftir því sem þörf krefur.
- Að gera landstengiliðum kleift að funda reglulega og gefa nefndinni skýrslu.

3. Ákvörðun ráðsins kveður einnig á um skyldur nefndarinnar samkvæmt viðmiðunarreglunum, þ.m.t.:

- Að skipuleggja skoðanaskipti um málefni sem tengjast *viðmiðunarreglunum*.
- Að gefa út skýringar eftir því sem þörf krefur.
- Að efna til skoðanaskipta um starfsemi landstengiliðanna.
- Að gefa skýrslu til ráðs Efnahags- og framfarastofnunarinnar um *viðmiðunarreglurnar*.

4. Fjárfestingarnefndin er sú stofnun Efnahags- og framfarastofnunarinnar sem ber ábyrgð á því að hafa eftirlit með virkni *viðmiðunarreglnanna*. Þessi ábyrgð á ekki aðeins við um *viðmiðunarreglurnar*, heldur alla þætti yfirlýsingarinnar (gerning um innlenda meðferð og gerninga um hvata og neikvæða hvata til alþjóðlegra fjárfestinga og misvísandi kröfur). Nefndin leitast við að tryggja að sérhver þáttur í yfirlýsingunni sé virtur og skilinn og að allir bæti þeir hvorn annan upp og virki á samstilltan hátt.

5. Starfshópur um ábyrga viðskiptahætti er dótturstofnun nefndarinnar, með ábyrgð í tengslum við *viðmiðunarreglurnar* og ákvörðunina. Í verklagsreglunum eru taldar upp ýmsar leiðir sem starfshópur um ábyrga viðskiptahætti veitir nefndinni aðstoð með, þ.m.t. að:

- Þróa aðferðir fyrir reglubundna jafningjarýni á landstengiliðum fyrir ábyrga viðskiptahætti, hafa umsjón með skipulagi jafningjarýni hjá skrifstofu OECD og samþykkja jafningjarýniskýrslur,
- Veita ráðgefandi leiðbeiningar til landstengiliða sem hafa spurningar varðandi túlkun á *viðmiðunarreglum* í tilteknum aðstæðum,
- Undirbúa viðbrögð nefndarinnar við rökstuddum beiðnum um athugun og óskum um skýringar á leiðbeiningunum,
- Ráðleggja nefndinni um gerð tilmæla til þátttökuríkja þar sem landstengiliður hefur orðið

greinilega óvirkur í lengri tíma og án lögmætrar ástæðu,

- Styðja nefndina með því að fjalla um ársskýrslur landstengiliða og gefa út opinberar ársskýrslur um starfsemi landstengiliða fyrir ábyrga viðskiptahætti.

6. Ákvörðunin endurspeglar aukið mikilvægi ábyrgra viðskiptahátta fyrir ríki sem ekki eru þátttökuríki og kveður á um þátttöku og samstarf við þau ríki um málefni sem fjallað er um í *viðmiðunarreglunum*. Þetta ákvæði gerir nefndinni kleift að skipuleggja sérstaka fundi með áhugasömum ríkjum sem ekki eru þátttökuríki til að stuðla að skilningi á þeim stöðlum og meginreglum sem er að finna í viðmiðunarreglunum og verklagsreglum um framkvæmd þeirra. Nefndin getur einnig tengt þau við sértækar aðgerðir eða verkefni um ábyrga viðskiptahætti, þ.m.t. með því að boða þau á fundi sína, með fyrirvara um viðeigandi verklagsreglur Efnahags- og framfarastofnunarinnar.

7. Nefndin mun starfa með landstengiliðum og leita tækifæra til samstarfs við ráðgjafarstofnanir (Ráðgjafarnefnd atvinnulífsins við Efnahags- og framfarastofnunina og Ráðgjafarnefnd stéttarfélaga við Efnahags- og framfarastofnunina), OECD-vaktarinnar og aðra alþjóðlega samstarfsaðila með það að markmiði að stuðla að virkri framkvæmd leiðbeininganna. Einkum mun nefndin, sem hluta af vinnu við umsjón framkvæmdar á yfirlýsingunni og með stuðningi starfshóps um ábyrga viðskiptahætti, veita leiðbeiningar um og leitast við að auka getu fyrirtækja til að framkvæma áreiðanleikakannanir vegna ábyrgra viðskiptahátta, þ.m.t. í tilteknum geirum, landsvæðum og áhættusvæðum. Það mun m.a. fara fram með þátttöku margra hagsmunaaðila og taka tillit til þarfa lítilla og meðalstórra fyrirtækja, í samvinnu við landstengiliði fyrir ábyrga viðskiptahætti. Kveðið er á um nánari leiðbeiningar um landstengiliði fyrir ábyrga viðskiptahætti að því er þetta varðar í 21. mgr. hér að neðan.

I. Athugasemdir við verklagsreglur fyrir landstengiliði fyrir ábyrga viðskiptahætti

8. Landstengiliðir gegna mikilvægu hlutverki við að efla sýnileika og skilvirkni *viðmiðunarreglnanna*. Þó fyrirtæki beri ábyrgð á því að fylgja *viðmiðunarreglunum* í hegðun sinni frá degi til dags geta ríki og landstengiliðir þeirra lagt sitt af mörkum til að bæta skilvirka framkvæmd *viðmiðunarreglnanna*. Í þessu skyni hafa þau samþykkt að þörf sé á betri leiðbeiningum um skipulag og starfsemi landstengiliða, þ.m.t. með reglulegum fundum og eftirliti nefndarinnar.

9. Mörg af hlutverkum og starfsemi í verklagsreglum ákvörðunarinnar eru ekki ný, heldur endurspegla þau reynslu og tilmæli sem þróuð hafa verið með árunum. Með því að gera framkvæmdaraðferðir *viðmiðunarreglnanna* skýrar verður væntanleg virkni þeirra gagnsærri. Öllum aðgerðunum hefur nú verið lýst í sex hlutum verklagsreglnanna sem varða landstengiliði fyrir ábyrga viðskiptahætti: stofnanafyrirkomulagi, upplýsingum og kynningu, sérstökum tilvikum, stuðningi við viðleitni ríkja til að stuðla að ábyrgum viðskiptaháttum, skýrslugjöf og jafningjarýni.

10. Á undan þessum sex hlutum er inngangsliður þar sem helsti tilgangur landstengiliðanna er settur fram, ásamt helstu skilvirkniviðmiðunum. Þó ríki hafi sveigjanleika í því hvernig þau skipuleggja landstengiliði ættu allir landstengiliðir að starfa með jafnmikilli skilvirkni sem er skilgreind sem „virkt jafngildi". Virkt jafngildi skiptir sköpum fyrir skilvirkt framlag alls landstengiliðanetsins til framkvæmdar á *viðmiðunarreglunum,* einkum með tilliti til fullrar þátttöku allra landstengiliða í málsmeðferð sérstakra tilvika. Slík þátttaka allra landstengiliða er mikilvæg fyrir traust hagsmunaaðila og fulla skilvirkni landstengiliða á öllum sviðum. Allir landstengiliðir, hver í ljósi tiltekinna aðstæðna sinna, munu sækjast eftir virku jafngildi með því að ná helstu skilvirkniviðmiðunum sem lýst er hér að neðan við að sinna skyldum sínum, en það mun einnig aðstoða nefndina og starfshóp um ábyrga viðskiptahætti við jafningjarýni og við að ræða háttsemi landstengiliðanna.

Helstu skilvirkniviðmiðanir fyrir virkt jafngildi í starfsemi landstengiliða fyrir ábyrga viðskiptahætti:

a. Sýnileiki.

Í samræmi við ákvörðunina samþykkja þátttökuríkin að koma á fót landstengiliðum sem hagsmunaaðilar og viðkomandi ríkisstofnanir innan og utan landsins eiga auðvelt með að auðgreina og einnig að upplýsa viðskiptasamfélagið, samtök launþega og aðra hagsmunaaðila, að meðtöldum frjálsum félagasamtökum, um framboð á aðstöðu sem tengist landstengiliðunum við framkvæmd viðmiðunarreglnanna. Grundvallarskref í þessu tilliti er að landstengiliðir munu vera með yfirgripsmikið vefsetur eða vefsíðu. Gert er ráð fyrir að ríki birti upplýsingar um landstengiliði sína, svo sem stöðu þeirra í stjórnkerfinu, stofnanafyrirkomulag og málsmeðferðarreglur, og taki virkan þátt í að kynna viðmiðunarreglurnar, sem gæti falið í sér kynningarviðburði og -efni um gerninginn. Þessa viðburði eða efni mætti útbúa í samvinnu við fyrirtæki, vinnuaflið, frjáls félagasamtök og aðra hagsmunaaðila, þó ekki endilega með öllum hópum hverju sinni.In conformity with the Decision, Adherents agree to set up NCPs that are easily identifiable by stakeholders and relevant government agencies within and outside their country, and also to inform the business community, worker organisations and other interested parties, including NGOs, about the availability of facilities associated with NCPs in the implementation of the *Guidelines*. As a basic step in this respect, NCPs will have a comprehensive website or webpage. Governments are expected to publish information about their NCPs, such as its location in government, institutional arrangements and case-handling procedures, and to take an active role in promoting the *Guidelines*, which could include promotional events and materials on the instrument. These events or materials could be prepared in co-operation with business, labour, NGOs, and other interested parties, though not necessarily with all groups on each occasion.

b. Aðgengileiki.

Auðvelt aðgengi að landstengiliðum er mikilvægt fyrir skilvirka starfsemi þeirra. Þetta felur í sér að auðvelda aðgengi fyrir fyrirtæki, vinnuaflið, frjáls félagasamtök og annan almenning. Landstengiliðir ættu að bregðast við öllum lögmætum beiðnum um upplýsingar og takast einnig á hendur að meðhöndla sérstök tilvik á skilvirkan og tímanlegan hátt. Landstengiliðir munu ekki taka framlagningargjald og kröfur um skráningu máls verða skýrt tilteknar, aðgengilegar og ekki óþarflega íþyngjandi. Eftir því sem við á og í samræmi við tíma og fjármagnsgetu landstengiliða, geta landstengiliðir einnig veitt þeim aðilum sem hlut eiga að máli hlutlausa og sanngjarna aðstoð. Slík aðstoð getur t.d. varðað notkun tungumála og þýðinga, leiðbeiningar um framsetningu á tækri beiðni og þátttöku í málamiðlun, sem heimilar sveigjanleika varðandi fresti, eða veitt ódýran möguleika til þátttöku í ferlinu, svo sem með fjarfundaaðstöðu.

c. Gagnsæi.

Gagnsæi er mikilvæg viðmiðun að því er varðar framlag til annarra helstu skilvirkniviðmiðana og til að öðlast traust hagsmunaaðila, aðila í sérstökum tilvikum og almennings. Því er almenna meginreglan sú að starfsemi landstengiliðar fyrir ábyrga viðskiptahætti verður gagnsæ, með fyrirvara um gildandi lög. Til dæmis getur birting ársskýrslna landstengiliða til Efnahags- og framfarastofnunarinnar sýnt fram á gagnsæi. Engu að síður getur landstengiliður í sérstökum tilvikum komið á trúnaði um tiltekna þætti málsmeðferðar, í samræmi við 6.–7. mgr. C-liðar I. liðar í verklagsreglum og tilheyrandi athugasemdum.

d. Ábyrgð.

Í ljósi hlutverks landstengiliða við að efla sýnileika viðmiðunarreglnanna, og möguleika þeirra til að aðstoða við stjórnun erfiðra mála milli fyrirtækja og samfélaganna þar sem þau starfa, munu landstengiliðirnir gera grein fyrir starfsemi sinni. Á landsvísu gætu þing, ríki, ráðgjafarstofnanir landstengiliða, þar sem þær eru til staðar, sem og hagsmunaaðilar haft hlutverki að gegna við að veita endurgjöf um starfsemi landstengiliða og verið grundvöllur viðvarandi lærdóms til að bæta frammistöðu landstengiliða fyrir ábyrga viðskiptahætti. Ársskýrslur og reglulegir fundir landstengiliða, jafningjanám og jafningjarýni munu veita tækifæri til að deila reynslu og hvetja til „bestu starfsvenja“ hjá landstengiliðum. Nefndin og starfshópur um ábyrga viðskiptahætti munu einnig skiptast á skoðunum og reynslu þar sem hægt er að leggja mat á starfsemi landstengiliða.

e. Óhlutdrægni og sanngirni.

Óhlutdrægni og sanngirni eru forsendur áframhaldandi trausts hagsmunaaðila, aðila að sérstökum tilvikum og almennings. Til samræmis við það munu ríki skipuleggja landstengiliði sína á þann hátt sem gerir þeim kleift að aðhafast og vera álitnir þannig. Landstengiliður mun tryggja óhlutdrægni við úrlausn sérstakra tilvika, þ.m.t. með því að leitast stöðugt við að koma í veg fyrir og takast á við hugsanlega eða skynjaða hagsmunaárekstra allra sem gegna hlutverki fyrir hönd landstengiliðar við að aðstoða aðila við úrlausn mála í sérstöku tilviki. Landstengiliðir ættu einnig að leitast við að tryggja, einkum með skýrum og aðgengilegum málsmeðferðarreglum, að aðilar geti tekið þátt í ferlinu með sanngjörnum og réttlátum skilmálum, t.d. með því að leitast við að tryggja að valda- og fjármagnsójafnvægi komi ekki í veg fyrir að aðilar geti tekið þátt í ferlinu eða með því að veita hæfilegan aðgang að þeim upplýsingaheimildum sem eiga við í ferlinu.

f. Fyrirsjáanleiki.

Starfsemi landstengiliða mun veita skýrar og opinberar upplýsingar um hlutverk þeirra og þær verklagsreglur sem þeir fylgja við að uppfylla skyldur sínar, einkum við úrlausn sérstakra tilvika. Svið þar sem veita ætti slíkar upplýsingar eru m.a.:

- veiting aðstoðar,
- stig ferlis sérstakra tilvika, þ.m.t. leiðbeinandi tímamarka og viðmiðunar fyrir upphaflegt mat,
- væntingar um að starfa í góðri trú og trúnaði,
- eðli ferlisins og hugsanlegar niðurstöður þess, og
- það hlutverk sem landstengiliðir geta gegnt við vöktun á framkvæmd samkomulaga sem aðilar hafa náð eða tilmæla sem landstengiliðir hafa gert.

Landstengiliðir munu birta málsmeðferðarreglur, sem eru samdar með skýrum og aðgengilegum skilmálum, og upplýsa aðila að sérstökum tilvikum reglulega um framvindu mála, sérstaklega ef framlengja þarf þau leiðbeinandi tímamörk sem sett eru fram í 51. og 52. mgr. hér að neðan.

g. Samhæfi við *viðmiðunarreglurnar.*

Landstengiliðir munu starfa á þann hátt sem samrýmist viðmiðunarreglunum. Við meðhöndlun á sérstökum tilvikum þýðir þetta einkum að starfa með aðilum til að forðast hvers kyns aðstæður þar sem samningar brjóta í bága við viðmiðunarreglurnar eða þar sem málsmeðferðarreglur eru í ósamræmi við verklagsreglur.

Stofnanafyrirkomulag

11. Stofnanafyrirkomulag landstengiliða mun gera þeim kleift að uppfylla helstu skilvirkniviðmiðanir, viðhalda trausti aðila vinnumarkaðarins, eftir atvikum, og annarra hagsmunaaðila og stuðla að sýnileika *viðmiðunarreglnanna* á opinberum vettvangi. Ákvörðunin og verklagsreglurnar veita þátttökuríkjum sveigjanleika til að ákvarða stofnanafyrirkomulag landstengiliða sinna með því að tilgreina nokkra af hinum ýmsu mögulegu valkostum. Í þeim eru einnig taldir upp þeir lágmarkseiginleikar sem eru nauðsynlegir til að uppfylla þessar væntingar, svo sem að yfirstjórn hafi yfir nægum mannauði og fjármagni að ráða og nægilegan aðgang að sérfræðiþekkingu um þau málefni sem falla undir *viðmiðunarreglurnar*. Ríki hafa sveigjanleika til að nota annað heiti fyrir landstengiliði sína eins og við á í landsbundnu samhengi þeirra. Til að efla traust á landstengilið ættu ríki að hafa samráð við hagsmunaaðila varðandi ákvarðanir sem geta haft veruleg áhrif á stofnanafyrirkomulag landstengiliðarins.

12. Burtséð frá því hvernig ríki hafa valið að skipuleggja landstengiliði sína eru þau hvött til að koma á fót ráðgjafar- eða eftirlitsaðilum með mörgum hagsmunaaðilum þar sem gagnlegt er til að aðstoða landstengiliði í verkefnum sínum.

13. Nægilegt fjármagn er nauðsynlegt fyrir skilvirkni og vald landstengiliða. Ákvörðunin krefst þess að þátttökuríkin veiti landstengiliðum þann mannauð og fjármagn sem þarf til að landstengiliður geti sinnt skyldum sínum á þann hátt sem uppfyllir skilvirkniviðmiðanir. Þátttökuríkin eru hvött til að gera slík úrræði aðgengileg fyrir landstengiliði sem hluta af sérstakri fjárhagsáætlun, eftir því sem við á. Ef um skipti á starfsfólki er að ræða ættu þátttökuríkin tryggja samfellu. Þetta getur falið í sér að veita nýju starfsfólki viðeigandi þjálfun, eins og með þarf og með stuðningi frá skrifstofu OECD, og að varðveita stofnanalegt minni.

14. Landstengiliðir, óháð samsetningu þeirra, munu þróa og viðhalda þýðingarmiklum tengslum og eiga samskipti við fulltrúa viðkomandi ríkisstofnana, viðskiptasamfélagið, samtök launþega, önnur frjáls félagasamtök og aðra hagsmunaaðila til að öðlast virkan stuðning og traust hagsmunaaðila.

Upplýsingar og kynning

15. Þær aðgerðir landstengiliða sem tengjast upplýsingum og kynningu hafa grundvallarþýðingu við að efla sýnileika og vitund um viðmiðunarreglurnar hjá hagsmunaaðilum og almenningi og hvetja fyrirtæki til að starfa í samræmi við viðmiðunarreglurnar og nota leiðbeiningar Efnahags- og framfarastofnunarinnar um áreiðanleikakönnun við það.

16. Landstengiliðum ber að kynna viðmiðunarreglurnar á virkan hátt og eru hvattir til að kynna leiðbeiningar Efnahags- og framfarastofnunarinnar um áreiðanleikakönnun þar sem við á, einkum eins og mælt er með í tilmælum ráðsins um slíkar leiðbeiningar, og að teknu tilliti til sérstaks eðlis leiðbeininganna, eins og getið er um í 15. mgr. athugasemda í II. kafla í viðmiðunarreglunum. Sem dæmi um kynningarstarfsemi má nefna að útvega hagsmunaaðilum efni eða skipuleggja eða taka þátt í viðburðum um ábyrga viðskiptahætti. Einnig væri hægt að kynna viðburði sem tengjast ábyrgum viðskiptaháttum á vegum Efnahags- og framfarastofnunarinnar, annarra landstengiliða eða viðeigandi aðila. Kynningarstarfsemi landstengiliðar og tengdar upplýsingar ættu að vera aðgengilegar, tiltækar á netinu og með öðrum viðeigandi hætti, þ.m.t. á þjóðtungum. Tenglar á viðmiðunarreglurnar og leiðbeiningar Efnahags- og framfarastofnunarinnar um áreiðanleikakönnun um ábyrga viðskiptahætti á vefsetri landstengiliðar ættu að fylgja með. Ensk og frönsk útgáfa mun verða fáanleg á skrifstofu OECD.

17. Landstengiliðir munu leitast við að bjóða framangreinda starfsemi og upplýsingar á sanngjarnan hátt fyrir fjölbreytt og dæmigert svið viðeigandi hagsmunaaðila, eins og við á. Í verklagsreglunum er nefnt dæmi um væntanlega fjárfesta, bæði innanlands og erlendis. Landstengiliðir eru einnig hvattir til að ná til viðeigandi ríkisstofnana og ríkjasamskiptakerfa, sem geta verið mikilvægir þættir í að stuðla að kynningu á viðmiðunarreglunum og skapa vitund um landstengiliðina, þ.m.t. við hagsmunaaðila í öðrum löndum. Allt eftir samhengi og fjármagni landstengiliðar getur kortlagning hagsmunaaðila og kynningaráætlana hjálpað við að auka umfang og áhrif af kynningarátaki landstengiliða.

18. Landstengiliðir ættu einnig að veita upplýsingar um skyldur sínar og starfsemi í ljósi helstu skilvirkniviðmiðana. Landstengiliðir ættu að kynna hlutverk sitt í sérstökum tilvikum fyrir viðkomandi hagsmunaaðilum, þ.m.t., eftir því sem unnt er og við á, hugsanlegum tilkynnendum sérstakra tilvika. Þetta ætti að innihalda upplýsingar um ferlið sem aðilar ættu að fylgja þegar þeir leggja fram eða bregðast við sérstöku tilviki, ráðgjöf um þær upplýsingar sem nauðsynlegar eru til að leggja fram sérstakt tilvik, kröfur til aðila sem taka þátt í sérstökum tilvikum, þ.m.t. trúnaðarkvöð, og þau ferli og leiðbeinandi tímamörk sem landstengiliðurinn mun fylgja.

19. Í viðleitni sinni til að vekja athygli á viðmiðunarreglunum munu landstengiliðirnir starfa með margvíslegum stofnunum og einstaklingum, þ.m.t., eins og við á, viðeigandi ríkisstofnunum, viðskiptasamfélaginu, samtökum launþega, frjálsum félagasamtökum og öðrum hagsmunaaðilum. Slíkar

stofnanir eiga mikinn hlut í kynningu viðmiðunarreglnanna og stofnananet þeirra veita tækifæri til kynningar sem, ef það er notað í þessu skyni, mun efla viðleitni landstengiliðanna í þessu sambandi til muna.

20. Önnur grunnstarfsemi sem ætlast er til að landstengiliðir sinni er að bregðast við lögmætum fyrirspurnum. Þrír hópar hafa sérstaklega verið nefndir í þessu sambandi: i) aðrir landstengiliðir (sem endurspeglar ákvæði ákvörðunarinnar), ii) viðskiptasamfélagið, samtök launþega, önnur frjáls félagasamtök og almenningur og iii) ríki sem ekki eru þátttökuríki.

21. Til að styðja nefndina og starfshóp um ábyrga viðskiptahætti við að stuðla að virkri framkvæmd viðmiðunarreglnanna ættu landstengiliðir að viðhalda reglulegu sambandi, þ.m.t. halda fundi, við aðila vinnumarkaðarins eftir atvikum og aðra hagsmunaaðila til að:

a) fylgjast með nýlegri þróun og nýjum starfsháttum varðandi ábyrga viðskiptahætti,
b) styðja það jákvæða framlag sem fyrirtæki geta veitt til efnahagslegra, félagslegra og umhverfislegra framfara,
c) taka þátt í samstarfsverkefnum, eftir því sem við á, til að tilgreina og bregðast við hættu á neikvæðum áhrifum sem tengjast tilteknum vörum, landsvæðum, geirum eða atvinnugreinum.

Jafningjanám

22. Auk þess að leggja sitt af mörkum til vinnu nefndarinnar og starfshóps um ábyrga viðskiptahætti til að auka skilvirkni viðmiðunarreglnanna munu landstengiliðir stunda jafningjanám. Slíkt jafningjanám getur farið fram á fundum hjá Efnahags- og framfarastofnuninni eða með beinu samstarfi milli landstengiliða.

Jafningjarýni

23. Jafningjarýni er mikilvægt fyrirkomulag til að auka skilvirka framkvæmd *viðmiðunarreglnanna*, miðla bestu starfsvenjum og stuðla að virku jafngildi. Eins og fram kemur í ákvörðuninni skuldbinda þátttökuríkin sig til að láta reglubundna jafningjarýni fara fram á landstengiliði. Skrifstofa OECD mun skipuleggja slíka jafningjarýni undir eftirliti starfshóps um ábyrga viðskiptahætti. Með jafningjarýni eru styrkleikar og veikleikar landstengiliða metnir að því er varðar hvernig þeir leysa verkefni sín af hendi og helstu skilvirkniviðmiðanir sem eru skilgreindar í I. hluta verklagsreglnanna og gerðar tillögur um úrbætur eins og við á.

24. Fyrirkomulag reglubundinnar jafningjarýni (ferli, lengd endurskoðunarlotu og fjármögnun) verður skilgreint í „aðalsniðmáti fyrir jafningjarýni landstengiliða" sem starfshópur um ábyrga viðskiptahætti mun samþykkja með samhljóða samþykki og birta á vefsetti Efnahags- og framfarastofnunarinnar. Starfshópur um ábyrga viðskiptahætti mun endurskoða grunnsniðmátið við lok hverrar lotu, einkum til að tryggja að landstengiliðir fái nægan tíma til að undirbúa jafningjarýni sína svo að ekki verði litið á hana sem ósanngjarna byrði, að hún sé kostnaðarhagkvæm fyrir ríki og landstengiliði fyrir ábyrga viðskiptahætti (þ.m.t. landstengiliði sem gera jafningjarýni) og taki tillit til vinnuálags starfshóps um ábyrga viðskiptahætti og skrifstofu OECD og að valferli landstengiliða til gera jafningjarýni tryggi að öllum landstengiliðum standi til boða að taka þátt í jafningjarýniteymum. Reglubundin jafningjarýni mun ekki hefjast fyrr en starfshópur um ábyrga viðskiptahætti hefur samþykkt fyrirkomulagið.

Sérstök tilvik

25. Þegar vandamál koma upp í tengslum við framkvæmd *viðmiðunarreglnanna* í sérstökum tilvikum er gert ráð fyrir að landstengiliður aðstoði við úrlausn þeirra og virki sem kvörtunarkerfi utan dómstóla. Í því samhengi munu landstengiliðir stefna að því að greiða fyrir skoðanaskiptum milli aðila og styðja þá í að leita lausna sem samræmast *viðmiðunarreglunum* og báðir aðilar sætta sig við á þeim málum sem upp koma en nota sérfræðiþekkingu sína á *viðmiðunarreglunum* einnig á virkan hátt. Landstengiliðir ættu einnig að semja lokayfirlýsingar á þann hátt að þær veiti leiðbeiningar um úrlausn mála og framkvæmd *viðmiðunarreglnanna*. Leiðbeiningar Efnahags- og framfarastofnunarinnar um áreiðanleikakönnun um

ábyrga viðskiptahætti og leiðbeiningar hennar um áreiðanleikakönnun innan fyrirtækjageira eru gagnleg úrræði fyrir landstengiliði til að skilja og kynna *viðmiðunarreglurnar* en er ekki ætlað að vera eini grundvöllurinn til að tilkynna sérstök tilvik. Sérhver landstengiliður mun birta skýrar og aðgengilegar málsmeðferðarreglur þar sem tilgreint er ferli sérstakra tilvika í samræmi við þessar verklagsreglur. Landstengiliðir eru hvattir til að þróa málsmeðferðarreglur sínar í samráði við hagsmunaaðila.

Þátttaka í góðri trú

26. Ferli sérstakra tilvika er valfrjálst. Búist er við þátttöku allra aðila, sem eiga hlut að málsmeðferðinni, í góðri trú. Þátttaka í góðri trú í þessu samhengi merkir að bregðast tímanlega við, gæta trúnaðar eftir því sem við á og í samræmi við málsmeðferðarreglur landstengiliða, forðast að gefa rangar upplýsingar um málin og ferlið, einkum í almennum samskiptum og hvorki hóta né grípa til refsiaðgerða gegn aðilum sem hlut eiga að máli, eða gegn landstengiliðnum sjálfum, og taka raunverulega þátt í málsmeðferðinni með það í huga að finna lausn á þeim vandamálum sem upp koma, sem er samrýmanleg við *viðmiðunarreglurnar*, þ.m.t. að íhuga alvarlega hvers kyns tilboð landstengiliðar um aðstoð.

27. Verði landstengiliður var við hótun eða refsiaðgerðir sem beinast að einstaklingi sem á hlut að sérstöku tilviki, eða að landstengiliðnum eða einum aðila hans, ætti hann að gera þær ráðstafanir sem hann getur, í samráði við aðrar viðeigandi ríkisstofnanir, svo sem sendiskrifstofur, eins og við á, með það að markmiði að tryggja að einstaklingur í hættu njóti viðunandi verndar og að málsmeðferðin geti haldið áfram á öruggan, aðgengilegan, sanngjarnan og hlutlausan hátt. Áður en gripið er til aðgerða í þessu sambandi mun landstengiliðurinn hafa samráð við einstakling í hættu, þar sem því verður við komið. Refsiaðgerðir geta falið í sér hótanir um að skaða einstaklinginn, fjölskyldu viðkomandi eða aðra tengiliði, óviðeigandi hótanir um að segja honum upp störfum eða fella niður kjarabætur eða óviðeigandi hótanir um málsókn. Viðeigandi ráðstafanir geta t.d. falið í sér að halda trúnaði um auðkenni einstaklings í hættu, að leggja til að traustur þriðji aðili sé í fyrirsvari fyrir einstakling í hættu, skjalfesta tilraunir til refsiaðgerða í yfirlýsingum, hafa samband við viðeigandi yfirvöld eða aðstoða einstakling í hættu við það.

28. Að auki, til að varðveita aðgengi og óhlutdrægni, ættu ríki að gera viðeigandi ráðstafanir til að vernda landstengiliðinn og aðila hans gegn refsiaðgerðum, í samræmi við landslög og í samráði við lögbær stjórnvöld. Ríki ættu að styðja þær ráðstafanir sem landstengiliður hefur gripið til, til að vernda sig og aðila sína.

Samhæfing milli landstengiliða í sérstökum tilvikum

29. Þar sem þátttökuríkin beina viðmiðunarreglunum að fyrirtækjum sem starfa „á eða frá" landsvæðum þeirra kunna landstengiliðir að taka á móti sérstökum tilvikum sem varða mál sem eiga sér stað í viðkomandi landi eða að tengjast málum sem varða fyrirtæki með staðfestu í viðkomandi landi. Til samræmis við það geta tiltekin sérstök tilvik varðað landstengiliði nokkurra þátttökuríkja, svo sem:

- ef sérstakt tilvik varðar ólík heima- og gistilönd sem eru þátttökuríki (t.d. varðandi starfsemi fyrirtækis með höfuðstöðvar í einu þátttökuríki sem hefur áhrif í öðru þátttökuríki, eða fyrirtæki með mismunandi höfuðstöðvar í mörgum þátttökuríkjum),
- ef þau mál sem upp koma eiga sér stað í mörgum þátttökuríkjum eða varða mörg fyrirtæki með staðfestu í mörgum þátttökuríkjum,
- ef sama sérstaka tilvikið eða tengd sérstök tilvik (svo sem sérstök tilvik sem mismunandi fyrirtæki sem vinna að sama verkefni eða í sömu aðfangakeðju koma að) eru lögð fram hjá fleiri landstengiliðum.

Í slíkum tilfellum munu landstengiliðir sem tóku við sérstöku tilvikunum upplýsa og vera í samstarfi við alla aðra hlutaðeigandi landstengiliði frá upphafi með það að markmiði að tilnefna leiðandi og styðjandi landstengiliði og samþykkja samræmingarfyrirkomulag.

30. Almennt myndi landstengiliður í landinu þar sem málin komu upp vera leiðandi landstengiliður. Hins vegar kann öðrum viðmiðunum að vera beitt við tilteknar aðstæður, t.d. ef þarf til að greiða fyrir lausn

á þeim málum sem upp koma eða þegar mál koma upp í ríkjum sem ekki eru þátttökuríki. Halda ætti aðilum upplýstum að því er varðar samræmingarfyrirkomulag og hafa samráð við þá um ákvarðanir um að færa málið til annars leiðandi landstengiliðar en þess landstengiliðar sem málið var lagt fyrir.

31. Leiðandi landstengiliður ber ábyrgð á öllum ferlisþáttum sérstaks tilviks og málsmeðferðarreglur þess munu gilda um ferlið. Styðjandi landstengiliðum verður haldið upplýstum um þróun mála í gegnum ferli sérstaks tilviks og geta lagt sitt af mörkum með því að t.d. endurskoða yfirlýsingar/skýrslur, veita þýðingaþjónustu, styðja sameiginlega fundi með því að senda fulltrúa sína og annarri hagnýtri aðstoð. Styðjandi landstengiliðir munu starfa í góðri trú við að stuðla að úrlausn á sérstöku tilviki og allir landstengiliðir sem tengjast því munu virða trúnað og viðeigandi notkun upplýsinga og efnis sem berst frá öðrum landstengiliðum.

32. Landstengiliðirnir geta leitað aðstoðar, þ.m.t. tillagna, frá formanni starfshóps um ábyrga viðskiptahætti þegar rætt er um val á leiðandi og styðjandi landstengiliðum og samræmingu þeirra á milli. Náist ekki samstaða milli landstengiliðanna ættu þeir landstengiliðir sem tóku við sérstöku tilviki að taka endanlega ákvörðun í málinu í samráði við hina landstengiliðina sem um er að ræða og upplýsa þá reglulega um framvindu málsins.

Frummat

33. Að höfðu samráði við aðila um þau vandamál sem upp koma og, þar sem við á, í samræmi við aðra landstengiliði sem málið varðar til að tilnefna leiðandi landstengilið í ljósi 29.–32. mgr. hér að ofan, mun landstengiliðurinn leggja frummat á það hvort þau mál sem upp koma gefi tilefni til nánari skoðunar.

Við gerð þessa frummats mun landstengiliðurinn taka tillit til:

- deila á aðilanum sem um er að ræða og hagsmuna hans í málinu,
- hvort málið sé mikilvægt, þ.e. skipti máli fyrir framkvæmd *viðmiðunarreglnanna,* og rökstutt, þ.e. stutt fullnægjandi og trúverðugum upplýsingum,
- hvort fyrirtækið falli undir *viðmiðunarreglurnar*,
- hvort tengsl virðist vera á milli starfsemi fyrirtækisins og vandamálsins sem vakin er athygli á í
- sérstaka tilvikinu,
- að hve miklu leyti gildandi lög og/eða samhliða málsmeðferð takmarka getu landstengiliða til að stuðla að úrlausn málsins og/eða framkvæmdar *viðmiðunarreglnanna*, í ljósi 35. mgr. hér að neðan,
- hvort rannsókn málsins myndi stuðla að tilgangi og skilvirkni
- *viðmiðunarreglnanna*.

34. Að loknu frummati mun landstengiliðurinn svara hlutaðeigandi aðilum. Ef landstengiliður ákvarðar að málin gefi ekki tilefni til nánari skoðunar mun hann upplýsa aðilana um ástæður ákvörðunar sinnar. Ákvörðun um að mál gefi tilefni til nánari skoðunar þýðir ekki að þau mál sem upp hafa komið hafi fengið lokaathugasemdir og gefur ekki til kynna neina niðurstöðu um hvort fyrirtækið hafi starfað í samræmi við *viðmiðunarreglurnar.*

Samhliða málsmeðferð

35. Hugtakið „samhliða málsmeðferð" þýðir málsmeðferð fyrir dómi eða utan dómstóla, sem kann að vera innlend eða alþjóðleg í eðli sínu, sem felur í sér sömu eða nátengd málefni og sem gæti haft áhrif á yfirstandandi sérstakt tilvik. Þetta á t.d. við um sérstök tilvik hjá sama landstengilið eða öðrum landstengilið. Ef samhliða málsmeðferð hefur farið fram, er í gangi eða stendur hlutaðeigandi til boða kemur það ekki í veg fyrir að landstengiliðurinn geti boðið viðkomandi aðilum aðstoð. Landstengiliðir ættu að leggja mat á það hvort boð um aðstoð myndi hafa jákvæð áhrif á úrlausn þeirra mála og/eða framkvæmd viðmiðunarreglnanna síðar meir og myndi ekki skapa alvarlegan skaða fyrir annan hvorn aðilanna sem þessa málsmeðferð varðar eða valda óhlýðni við lögmætan úrskurð dómstóls. Við slíkt mat gætu landstengiliðir tekið tillit til starfsvenja annarra landstengiliða, skoðað möguleikann á að samþykkja sérstakt

tilvik að hluta til eða fresta rannsókn þess á meðan samhliða málsmeðferð er í gangi og, eftir því sem við á, haft samráð við stofnanir þar sem samhliða málsmeðferð er í gangi eða gæti farið fram. Landstengiliðir munu leita aðstoðar aðila við að skoða þessi mál með því að óska eftir viðeigandi upplýsingum og sjónarmiðum um samhliða málsmeðferðina.

Aðstoð

36. Þar sem mál gefa tilefni til nánari skoðunar mun landstengiliðurinn bjóða fram aðstoð í viðleitni til að stuðla að úrlausn mála. Sem hluta af aðstoð getur landstengiliðurinn leitað ráða hjá viðkomandi yfirvöldum, sem og fulltrúum viðskiptasamfélagsins, samtaka vinnuveitenda, annarra frjálsra félagasamtaka og sérfræðinga, í samræmi við eigin málsmeðferðarreglur landstengiliðar. Einnig getur hjálpað að hafa samráð við landstengiliði í öðrum löndum eða leita upplýsinga frá skrifstofu OECD eða leiðbeininga frá starfshópi um ábyrga viðskiptahætti um málefni sem tengjast túlkun á viðmiðunarreglunum við að leysa málið.

37. Með aðstoð munu landstengiliðir bjóða vettvang til samtals milli aðila til að aðstoða við lausn þeirra mála sem upp hafa komið. Í samræmi við málsmeðferð sérstaks tilviks utan dómstóla og með fyrirvara um samþykki aðila, felur hlutverk landstengiliðar í sér að skapa skilyrði fyrir samtal og samkomulag milli aðila um skuldbindingu fyrirtækis til að efla framkvæmd *viðmiðunarreglnanna* í framtíðinni og, þar sem við á, taka á, í samræmi við *viðmiðunarreglurnar*, neikvæðum áhrifum sem kunna að hafa orðið. Samhliða því að greiða fyrir samtali ætti landstengiliður að útskýra þau ákvæði *viðmiðunarreglnanna* sem skipta máli í þeim málum sem koma upp, sem leið til að styðja aðila við að ná samkomulagi sem samrýmist *viðmiðunarreglunum.*

38. Sem hluti af því að gera aðstoð aðgengilega og, ef við á um þau mál sem um er að ræða, munu landstengiliðir bjóða eða greiða fyrir aðgangi að ferlum sem eru samþykktir og án andmæla, svo sem málamiðlun eða sátt, til að aðstoða aðila við að leysa þau mál sem fyrir liggja. Á sama hátt og viðurkenndar venjur við sátt og málamiðlun myndu þessi ferli aðeins vera notuð að fengnu samþykki aðilanna sem um er að ræða og skuldbindingu þeirra um að taka þátt í góðri trú meðan á málsmeðferð stendur. Ef málamiðlun er sá kostur sem er valinn geta landstengiliðir valið að annast málamiðlunina sjálfir eða ráða utanaðkomandi sáttasemjara í samráði við aðilana til að sinna eða styðja málamiðlun.

Niðurstaða málsmeðferðar

39. Búist er við að landstengiliðir geri niðurstöður sérstaks tilviks ávallt aðgengilegar almenningi í samræmi við 4. mgr. C-liðar I. liðar og 6. mgr. C-liðar I. liðar málsmeðferðarreglnanna.

40. Þegar landstengiliður hefur gert frummat sitt og ákvarðað að þau mál sem upp komu í sérstöku tilviki gefi ekki tilefni til nánari skoðunar, mun hann gefa út opinbera yfirlýsingu að höfðu samráði við aðilana sem um ræðir og að teknu tilliti til þess að gæta verður trúnaðar um viðkvæmar viðskiptalegar og aðrar upplýsingar. Telji landstengiliður að miðað við niðurstöður frummats síns væri ósanngjarnt að birta opinber deili á aðila í yfirlýsingu um ákvörðun sína getur hann samið yfirlýsinguna á þann hátt að deili aðilans séu ekki birt.

41. Landstengiliðurinn getur einnig birt opinberlega ákvörðun sína að þau mál lögð eru fram gefi tilefni til nánari skoðunar og tilboð sitt um aðstoð við hlutaðeigandi aðila.

42. Ef aðilar sem hlut eiga að máli ná samkomulagi um þau mál sem upp hafa komið ættu þeir að greina frá því í samkomulaginu hvernig og að hvaða marki gera eigi efni þess aðgengilegt öllum. Landstengiliður mun, í samráði við aðilana, gefa opinbera yfirlýsingu með niðurstöðum málsmeðferðarinnar. Landstengiliður getur gert tilmæli um framkvæmd *viðmiðunarreglnanna* jafnvel þótt til staðar sé samkomulag eða hlutasamningur milli aðilanna.

43. Ef aðilum sem hlut eiga að máli tekst ekki að ná samkomulagi um öll eða sum þeirra mála sem upp hafa komið, ef annar eða báðir aðilar draga sig úr málsmeðferðinni eða ef landstengilið þykir einn eða fleiri aðilar að sérstöku tilviki vera óviljugir til að taka þátt í góðri trú mun landstengiliðurinn gefa frá sér

yfirlýsingu og gera tilmæli eins og við á um framkvæmd *viðmiðunarreglnanna* í tengslum við þau mál sem upp koma. Þessi málsmeðferð gerir það ljóst að landstengiliður mun gefa út yfirlýsingu, jafnvel þegar hann telur að ekki sé þörf á sérstökum tilmælum. Yfirlýsingin ætti að tilgreina hlutaðeigandi aðila, þau mál sem um er að ræða, dagsetninguna þegar landstengiliðurinn fékk upplýsingar um málin, öll tilmæli landstengiliðar og hvers kyns athugasemdir sem landstengiliður telur viðeigandi að hafa með um ástæður þess að málsmeðferðin leiddi ekki til samkomulags.

44. Eftir því sem við á og skiptir máli fyrir úrlausn mála getur landstengiliðurinn einnig, að eigin ákvörðun, ef það er heimilt samkvæmt gildandi landslögum og málsmeðferðarreglum, sett sjónarmið sín fram í lokayfirlýsingu um hvort fyrirtækið hafi farið að *viðmiðunarreglunum.* Að sama skapi, eftir því sem við á, getur landstengiliður upplýst viðeigandi ríkisstofnanir um þátttöku aðila í góðri trú eða skort á slíkri þátttöku og hann ætti að tilkynna aðilum á gagnsæjan hátt um fyrirhuguð eða raunveruleg skref í þessu sambandi.

45. Landstengiliður ætti að gefa aðilum tækifæri á að gera athugasemdir við drög að yfirlýsingu. Hins vegar er yfirlýsingin frá landstengiliðnum og það er í hans valdi að ákveða hvort breyta eigi drögum að yfirlýsingu til að bregðast við athugasemdum aðilanna.

Eftirfylgni

46. Landstengiliðir munu annast eftirfylgni með samningum sem þeir greiða fyrir eða tilmælum sem þeir gera þar sem við á. Eftirfylgni kann t.d. ekki að eiga við í aðstæðum þar sem aðilar hafna slíkri eftirfylgni eða eru sammála um að málin hafi verið leyst að fullu. Frestur til þess ætti að vera nefndur í yfirlýsingu landstengiliðar. Eftirfylgni getur t.d. falist í beiðnum um uppfærslur frá aðilum eða einum eða fleiri fundum milli landstengiliðar og aðila (annaðhvort sitt í hvoru lagi eða saman) til að leggja mat á framvindu framkvæmdar þeirra skuldbindinga sem gerðar eru í samkomulaginu eða í tilmælum landstengiliðar. Landstengiliður ætti að birta eftirfylgniyfirlýsingar þegar eftirfylgni hefur farið fram.

Gagnsæi og trúnaðarkvöð

47. Litið er á gagnsæi sem almenna meginreglu fyrir háttsemi landstengiliða (sjá c-lið 10. mgr. í liðnum „Helstu skilvirkniviðmiðanir", hér að ofan). Hins vegar er í 6. mgr. C-liðar I. liðar í málsmeðferðarreglunum viðurkennt að upp geti komið sérstakar aðstæður þar sem réttlætanlegt er að gæta trúnaðar um tilteknar staðreyndir og röksemdir sem aðilar hafa lagt fram. Til dæmis mun landstengiliðurinn gera viðeigandi ráðstafanir til að vernda viðkvæmar viðskiptaupplýsingar, svo sem viðskiptaleyndarmál. Jafnframt ætti að halda trúnað um aðrar upplýsingar, svo sem deili á einstaklingum sem eiga hlut að málsmeðferðinni, t.d. ef birting þeirra stofnar þeim eða tengdum einstaklingum í hættu á refsiaðgerðum. Engu að síður er mikilvægt að finna jafnvægi milli gagnsæis og trúnaðarkvaðar til að byggja upp traust í ferli sérstaks tilviks og stuðla að skilvirkri framkvæmd *viðmiðunarreglnanna*. Viðurkennt er að landstengiliðum kann að vera skylt að fylgja landslögum um gagnsæi og upplýsingagjöf, óháð þessum ákvæðum.

48. Að því er varðar miðlun upplýsinga milli aðila í þágu réttláts ferlis, ætti landstengiliður að meginreglu til að kynna aðilum allar viðeigandi staðreyndir og röksemdir sem hinir aðilarnir hafa lagt fram meðan á málsmeðferð stendur (einkum í aðstoðarfasanum). Leggi aðili fram réttmæta ósk um að athugunarbeiðni hans verði ekki deilt að fullu með hinum aðilanum, einkum til að vernda viðkvæmar viðskiptaupplýsingar og hagsmuni annarra hagsmunaaðila, ætti landstengiliður að vinna með aðilanum sem leggur upplýsingarnar fram að því að klippa út hvers kyns viðkvæmt efni svo hægt sé að miðla þeim. Landstengiliðir ættu að forðast eins og hægt er að byggja grundvallarþætti ákvarðana sinna á upplýsingum sem eru ekki tiltækar báðum aðilum.

49. Að því er varðar samskipti við almenning eða þriðju aðila um sérstakt tilvik, í samræmi við helstu skilvirkniviðmiðanir, geta aðilar og landstengiliður tjáð sig opinberlega um tilvist sérstaks tilviks, nema um annað sé samið á milli aðilanna og landstengiliðarins. Enn fremur eru landstengiliðir hvattir til að heimila aðilum að tjá sig opinberlega um stig ferlisins, eins og lýst er í 1.–5. mgr. C-liðar I. liðar í málsmeðferðarreglunum (eða gera það sjálfir), og heimila aðilum að birta sjálfir þær upplýsingar sem þeir

lögðu upphaflega fram. Báðir aðilar geta einnig rætt upplýsingar eða skjöl sem hinn aðilinn deilir við ráðgjafa sína í sérstöku tilviki, að því tilskildu að ráðgjafarnir deili slíkum upplýsingum ekki víðar. Aðrar upplýsingar verða trúnaðarmál nema aðilar komi sér saman um annað. Einkum munu landstengiliðir upplýsa aðila í upphafi ferlis um að þeim sé aldrei heimilt að birta staðreyndir og röksemdir sem gagnaðili eða landstengiliður sjálfur deilir við málsmeðferð (þ.m.t., þar sem við á, utanaðkomandi sáttamiðlari eða sáttasemjari) sem ekki hafa verið birtar áður opinberlega án samþykkis gagnaðila eða landstengiliðar, eftir því sem við á. Í þágu fyrirsjáanleika, trausts og tiltrúar geta landstengiliðir leitað skriflegrar tryggingar frá aðilum og ráðgjöfum þeirra hvað þetta varðar og tekið upp ákvæði í málsmeðferðarreglum sínum, þar sem hvatt er til þess að farið sé að beiðnum þeirra um þagnarskyldu.

Mál sem koma upp í ríkjum sem ekki eru þátttökuríki

50. Eins og fram kemur í 2. mgr. í kaflanum Hugtök og meginreglur eru fyrirtæki hvött til að fylgja viðmiðunarreglunum alls staðar þar sem þau starfa, að teknu tilliti til sérstakra aðstæðna í hverju gistilandi fyrir sig.

- Komi upp vandamál í tengslum við *viðmiðunarreglurnar* í ríkjum sem ekki eru þátttökuríki munu heimalandstengiliðir gera ráðstafanir til að þróa skilning á þeim málum sem um ræðir. Þó hugsanlega sé ekki alltaf framkvæmanlegt að fá aðgang að öllum viðeigandi upplýsingum eða leiða alla þá aðila sem hlut eiga að máli saman, getur landstengiliður samt sem áður verið í aðstöðu til að fylgja fyrirspurnum eftir og taka þátt í annarri staðreyndaleit. Dæmi um slíkar ráðstafanir gætu falið í sér að hafa samband við stjórnendur fyrirtækisins í heimalandinu og sendiráð og opinbert starfsfólk ríkja sem ekki eru þátttökuríki, eins og við á,
- Árekstur við lög, reglugerðir, reglur og stefnur gistilands geta gert skilvirka framkvæmd *viðmiðunarreglnanna* í tilteknum tilvikum erfiðari en hjá þátttökuríkjum. Þó *viðmiðunarreglurnar* teygi sig í mörgum tilfellum lengra en lög segja til um, ættu þær ekki og er ekki ætlað að setja fyrirtæki í þá aðstöðu að gerðar séu misvísandi kröfur til þeirra, eins og fram kemur í athugasemdum við kaflann Almennar stefnur.
- Upplýsa verður aðila sem hlut eiga að máli um þær takmarkanir sem felast í framkvæmd *viðmiðunarreglnanna* í ríkjum sem eru ekki þátttökuríki.
- Mál er tengjast viðmiðunarreglunum í ríkjum sem ekki eru þátttökuríki mætti einnig ræða á fundum landstengiliða í því skyni að byggja upp sérfræðiþekkingu í meðhöndlun mála sem koma upp í ríkjum sem ekki eru þátttökuríki.

Leiðbeinandi tímamörk

51. Ferli sérstaks tilviks samanstendur af fimm mismunandi stigum:

1. *Samræming:* Þar sem við á, samræma við aðra landstengiliði samkvæmt eiginleikum móttekins sérstaks tilviks til að ákvarða leiðandi landstengilið. Ljúka ætti ráðstöfunum við upphafssamræmingu, til að tilgreina leiðandi og styðjandi landstengiliði, innan tveggja mánaða.
2. *Frummat og ákvörðun um hvort bjóða eigi aðilum aðstoð*: Landstengiliðir ættu að leitast við að ljúka frummati innan þriggja mánaða eftir tilgreiningu leiðandi og styðjandi landstengiliða, þó að þörf gæti verið á viðbótartíma til að safna eða þýða upplýsingar sem eru nauðsynlegar fyrir upplýsa ákvörðun.
3. *Aðstoð við aðila í viðleitni þeirra til að leysa þau mál sem upp koma*: Ef landstengiliður býður aðstoð sína ætti hann að kappkosta að greiða fyrir tímanlegri lausn mála. Þar sem ljóst er að framvinda með aðstoð, þ.m.t. sátt og málamiðlun, veltur á endanum á þeim aðilum sem hlut eiga að máli, ætti landstengiliður, að höfðu samráði við aðilana, að setja hæfilegan tímaramma fyrir viðræður milli aðila til að leysa þau mál sem upp hafa komið. Ef þeir ná ekki samkomulagi innan þessa tímaramma ætti landstengiliðurinn að hafa samráð við aðilana um gildi þess að halda áfram aðstoð við þá; ef landstengiliður kemst að þeirri niðurstöðu að ekki sé líklegt að framhald málsmeðferðar skili árangri ætti hann að ljúka ferlinu og hefja undirbúning yfirlýsingar.

4. *Niðurstaða málsmeðferðar:* Landstengiliður ætti að kappkosta að birta yfirlýsingu sína innan þriggja mánaða eftir að málsmeðferð lýkur.
5. *Eftirfylgni:* Landstengiliðurinn getur, í samráði við aðila, ákvarðað eigin tímaáætlun fyrir hvers kyns eftirfylgni.

52. Almenna meginreglan er sú að landstengiliður ætti að leitast við að ljúka málsmeðferðinni innan 12 mánaða (14 mánaða ef þörf er á samræmingu til að ákvarða leiðandi landstengilið) frá móttöku tiltekins tilviks þar til að því er lokið. Viðurkennt er að þennan tíma gæti þurft að framlengja ef aðstæður gefa tilefni til þess. Slíkar aðstæður eru t.d., en takmarkast ekki við, aðstæður þegar vandamál koma upp í ríki sem ekki er þátttökuríki, þegar sérstakt tilvik tekur til margra fyrirtækja, margra framleggjenda og margra landstengiliða eða þegar þýðingar eru nauðsynlegar. Í hvert sinn sem búast má við töfum eða tafir verða á meðhöndlun sérstaks tilviks ætti landstengiliður að upplýsa málsaðila tímanlega, þannig að málsmeðferðin sé fyrirsjáanleg. Landstengiliðurinn getur, samkvæmt málsmeðferðarreglum sínum, ákveðið að birta opinberar uppfærslur um stöðu mála.

Skýrslugjöf til starfshóps um ábyrga viðskiptahætti og fjárfestingarnefndarinnar

53. Skýrslugjöf er mikilvæg ábyrgðarskylda landstengiliða sem myndi einnig hjálpa við að byggja upp þekkingargrunn og grunnhæfniþætti til að auka skilvirkni *viðmiðunarreglnanna*. Í þessu ljósi mun landstengiliður skila ársskýrslu sinni til starfshóps um ábyrga viðskiptahætti og fjárfestingarnefndarinnar og sú ársskýrsla um viðmiðunarreglur Efnahags- og framfarastofnunarinnar mun innihalda upplýsingar um öll sérstök tilvik sem aðilar hafa komið af stað. Starfshópur um ábyrga viðskiptahætti mun láta nefndinni í té greiningu á ársskýrslum landstengiliðar til að hafa með í ársskýrslu um viðmiðunarreglurnar. Ársskýrslur landstengiliða ættu að innihalda sérstök tilvik í samræmingu, frummati, aðstoð, niðurstöðum eða eftirfylgni. Við skýrslugjöf um framkvæmdaraðgerðir í tengslum við sérstök tilfelli munu landstengiliðir taka tillit til gagnsæis og trúnaðarkvaðar, eins og sett er fram í 6.–7. mgr. C-liðar I. liðar í verklagsreglunum og í málsmeðferðarreglum þeirra.

Stuðningur við viðleitni ríkja til að efla ábyrga viðskiptahætti

54. Í ákvörðuninni er viðurkenndur sá stuðningur sem landstengiliður getur veitt við þróun, stjórnun og samfellu opinberra stefna og áætlana sem stuðla að ábyrgum viðskiptaháttum, eftir því sem við á og í samráði við viðkomandi ríkisstofnanir. Einkum geta landstengiliðir stutt við samræmingu slíkrar viðleitni við*viðmiðunarreglurnar* og stuðlað að því að þær viðhaldi stöðu sinni sem alþjóðlegur staðall fyrir ábyrga viðskiptahætti, sem og aðrir gerningar Efnahags- og framfarastofnunarinnar og leiðbeiningar sem eru leiddar af *viðmiðunarreglunum*, svo sem leiðbeiningar Efnahags- og framfarastofnunarinnar um áreiðanleikakönnun.

55. Það eru ýmsar leiðir fyrir landstengiliði til að styðja ríki sín í viðleitni þeirra til að þróa, framkvæma og stuðla að samfellu í stefnum til að efla ábyrga viðskiptahætti, eftir því hvert samhengi þeirra er. Í fyrsta lagi eru landstengiliðir hvattir til að upplýsa viðeigandi ríkisstofnanir með því að deila yfirlýsingum og skýrslum, sem og öðrum gögnum, könnunum og innsýn, þegar landstengiliður veit að þær skipta máli fyrir stefnur og áætlanir tiltekinnar stofnunar, svo sem í tengslum við hagsmunagæslu í viðskiptum, efnahagsleg ríkjasamskipti eða annan stuðning og þjónustu við fyrirtæki. Í öðru lagi hefur þátttökuríkjum fundist gagnlegt að hafa landstengiliðinn með í að þróa og framkvæma stefnur eða áætlanir eins og landsbundnar aðgerðaáætlanir um ábyrga viðskiptahætti og/eða viðskipti og mannréttindi. Þetta ákvæði breytir ekki valfrjálsu eðli *viðmiðunarreglnanna* og allur stuðningur sem landstengiliður veitir eða er beðinn um ætti að taka tillit til heimilda hans og forgangsmála og ætti ekki að draga úr getu hans til að uppfylla skyldur sínar sem lýst er í ákvörðuninni og verklagsreglunum.

II. Athugasemdir við verklagsreglur fyrir fjárfestingarnefnd OECD, vinnuhóp OECD um ábyrga viðskiptahætti og skrifstofu OECD

56. Verklagsreglur við ákvörðun ráðsins veita nefndinni, starfshóp um ábyrga viðskiptahætti og skrifstofu OECD nánari leiðbeiningar við að sinna skyldum sínum, þ.m.t.:

- Að sinna skyldum sínum á skilvirkan og tímanlegan hátt.
- Að taka tillit til beiðna frá landstengiliðum um aðstoð, þ.m.t. með því að veita nánari útlistanir, leiðbeiningar og upplýsingar um túlkun *viðmiðunarreglnanna* í sérstökum tilvikum.
- Að efna til skoðanaskipta um starfsemi landstengiliðanna.
- Að veita möguleika á að leita ráða hjá alþjóðlegum samstarfsaðilum og sérfræðingum.

57. Þar sem *viðmiðunarreglurnar* eru ekki bindandi getur nefndin ekki starfað sem dómsvald eða úrskurðaraðili. Ekki ætti heldur að draga í efa niðurstöður og yfirlýsingar landstengiliðar (aðrar en túlkun á *viðmiðunarreglunum*) með því að vísa máli til nefndarinnar. Ákvæði um að nefndin skuli ekki komast að niðurstöðu um háttsemi einstakra fyrirtækja hefur haldist í sjálfri ákvörðuninni.

58. Skrifstofa OECD og starfshópur um ábyrga viðskiptahætti munu skoða beiðnir um aðstoð frá landstengiliðum ef vafi leikur á um túlkun viðmiðunarreglnanna í yfirstandandi sérstökum tilvikum. Við slíkar aðstæður ættu landstengiliðir fyrst að hafa samband við skrifstofu OECD til að fá upplýsingar varðandi túlkun á *viðmiðunarreglunum* í svipuðum tilvikum. Ef slíkar upplýsingar eru ekki til staðar eða nægja ekki til að aðstoða landstengilið eða skrifstofan er ekki í aðstöðu til að aðstoða landstengiliðinn, getur hann leitað leiðsagnar starfshóps um ábyrga viðskiptahætti. Slíkar beiðnir verða meðhöndlaðar í trúnaði og, með fyrirvara um tiltækt fjármagn, á skjótan hátt. Til að flýta fyrir meðferð beiðna um leiðsögn kann starfshópur um ábyrga viðskiptahætti að skipuleggja fundi eða stofna undirhópa til að bregðast við slíkum beiðnum. Í slíkum tilfellum mun starfshópur um ábyrga viðskiptahætti þróa verklagsreglur sem undirhópurinn á að fylgja. Upplýsingarnar sem skrifstofa OECD veitir og leiðsögn starfshóps um ábyrga viðskiptahætti eru trúnaðarmál, eiga við um hvert mál fyrir sig og eru ráðgefandi. Skrifstofan mun reglulega gefa skýrslu til starfshóps um ábyrga viðskiptahætti, sem mun reglulega gefa skýrslu til nefndarinnar, um mál sem leiddu til beiðna um upplýsingar og leiðsögn og um veitt svör, að teknu tilhlýðilegu tilliti til trúnaðarkvaðar. Ef starfshópur um ábyrga viðskiptahætti telur að spurning sem leitað er leiðsagnar vegna krefjist nánari útlistunar á túlkun *viðmiðunarreglnanna*, mun hann bjóða landstengilið að leita nánari útlistunar frá nefndinni á grundvelli c-liðar 2. mgr. II. liðar í verklagsreglunum.

59. Nánari útlistanir á túlkun á *viðmiðunarreglunum* skv. c-lið 2. mgr. II. liðar í verklagsreglunum verða áfram helsta ábyrgð nefndarinnar til að tryggja að túlkun *viðmiðunarreglnanna* sé ekki ólík frá einu landi til annars. Þátttökuríki, ráðgjafarnefnd (Ráðgjafarnefnd atvinnulífsins við Efnahags- og framfarastofnunina eða Ráðgjafarnefnd stéttarfélaga við Efnahags- og framfarastofnunina) eða OECD-vaktin geta lagt fram beiðni um nánari útlistun, þ.m.t. að því er varðar hvort landstengiliður eða fyrri nefnd hafi túlkað *viðmiðunarreglurnar* rétt í sérstöku tilviki sem er lokið. Starfshópur um ábyrga viðskiptahætti mun vinna nánari útlistun nefndarinnar með stuðningi skrifstofu OECD, í samræmi við verklagsreglur sem nefndin mun tilgreina, og hún verður gerð opinber á vefsetri Efnahags- og framfarastofnunarinnar. Fjárfestingarnefndin mun ekki komast að niðurstöðu um háttsemi einstaka fyrirtækja við útgáfu á nánari útlistun og ekki er gert ráð fyrir að landstengiliðir opni sérstakt tilvik að nýju eftir nánari útlistun.

60. Þegar fjallað er um starfsemi landstengiliða getur nefndin lagt fram tilmæli, eftir því sem þörf krefur, til að bæta virkni þeirra, þ.m.t. að því er varðar virka framkvæmd á *viðmiðunarreglunum* og til að taka á öllum aðstæðum þar sem landstengiliður verður óstarfhæfur. Einkum getur nefndin ákvarðað, á grundvelli síðustu tveggja ársskýrslutímabila landstengiliða og samkvæmt tillögu starfshóps um ábyrga viðskiptahætti, að landstengiliður hafi, í langan tíma og án lögmætrar ástæðu, greinilega ekki starfað á þann hátt sem samrýmist verklagsreglunum. Slík niðurstaða getur t.d. byggst á endurtekinni vanrækslu á að úthluta því fjármagni sem þarf til að sinna grunnskyldum landstengiliða, stofnanafyrirkomulagi sem er

sýnilega ábótavant, skorti á hvers kyns kynningarstarfsemi, endurteknum og verulega óþörfum töfum á meðhöndlun sérstakra tilvika eða skorti á skýrslugjöf. Nefndin getur síðan lagt fram tilmæli til lands landstengiliðarins og boðið því að leggja fram skýrslu um framkvæmd innan tiltekins tíma og gert frekari tilmæli ef slík skýrslugjöf fullvissar nefndina ekki um að landstengiliðurinn starfi á þann hátt sem samræmist verklagsreglunum. Nefndin getur óskað eftir því við skrifstofu OECD að hún aðstoði þátttökuríkið við framkvæmd tilmæla. Þátttökuríki landstengiliðarins, sem á hlut að máli, ætti að taka þátt í ferlinu í góðri trú og þess er vænst að hann sé hluti af samhljóða samþykki, nema í undantekningartilvikum sem það land ákvarðar.

61. Nefndin mun einnig taka til athugunar rökstudda beiðni þátttökulands, ráðgjafarnefndar (Ráðgjafarnefndar atvinnulífsins við Efnahags- og framfarastofnunina eða Ráðgjafarnefndar stéttarfélaga við Efnahags- og framfarastofnunina) eða OECD-vaktarinnar um að landstengiliður hafi ekki uppfyllt málsmeðferðarskyldur sínar við framkvæmd *viðmiðunarreglnanna* í sérstökum tilvikum. Starfshópur um ábyrga viðskiptahætti mun vinna að svari nefndarinnar með stuðningi skrifstofu OECD, í samræmi við þær verklagsreglur sem nefndin hefur skilgreint. Það verður samþykkt með samhljóða samþykki. Þátttökuríki þess landstengiliðar sem rökstudda beiðnin varðar ætti að taka þátt í ferlinu í góðri trú og þess er vænst að það taki þátt í hinu samhljóða samþykki nema í undantekningartilvikum sem það land ákvarðar. Nefndin mun gefa viðkomandi þátttökuríki kost á að láta í ljós álit sitt á rökstuddri beiðni áður en hún tekur ákvörðun og hún getur boðið þátttökuríki að gefa skýrslu um framkvæmd hvers kyns tilmæla innan tólf mánaða frá svari.

62. Til að starfa með ríkjum sem ekki eru þátttökuríki að málefnum sem fjallað er um í *viðmiðunarreglunum* getur nefndin boðið áhugasömum ríkjum sem ekki eru þátttökuríki á fundi sína, árlegar hringborðsumræður um samfélagslega ábyrgð fyrirtækja og fundi sem tengjast sérstökum verkefnum um ábyrga viðskiptahætti.

63. Að lokum gætu nefndin og starfshópur um ábyrga viðskiptahætti viljað kalla til sérfræðinga til að fjalla og gefa skýrslu um víðtækari málefni (t.d. barnavinnu eða mannréttindi) eða einstök mál eða til að bæta skilvirkni verklagsreglna. Í þessu skyni gæti nefndin leitað til sérfræðiþekkingar Efnahags- og framfarastofnunarinnar innanhúss, alþjóðastofnana, ráðgjafarnefnda (Ráðgjafarnefndar atvinnulífsins við Efnahags- og framfarastofnunina og Ráðgjafarnefndar stéttarfélaga við Efnahags- og framfarastofnunina), OECD-vaktarinnar, frjálsra félagasamtaka, fræðimanna og annarra. Litið er svo á að þetta verði ekki umræðuhópur til að útkljá einstök mál.

www.ingramcontent.com/pod-product-compliance
Ingram Content Group UK Ltd.
Pitfield, Milton Keynes, MK11 3LW, UK
UKHW051643031026
15588UKWH00007B/1300

9 789264 559448